வளமான வாழ்வைக் கட்டமைக்கும் எட்டு தூண்கள்

(Eight Pillars of Prosperity)

ஜேம்ஸ் ஆலன்

(தமிழில் சே.அருணாசலம்)

வள்ளியம்மை பதிப்பகம்

mobile/WhatsApp: 91-8939478478

email: arun2010g@gmail.com

நூல் விவரம்

நூல் தலைப்பு : வளமான வாழ்வைக் கட்டமைக்கும் எட்டு தூண்கள்

Book Title : Vazhlamana Vazhlvai Kattamaikum Ettu Thoongal

ஆசிரியர் : ஜேம்ஸ் ஆலன்

தமிழில் : சே.அருணாசலம்

உரிமை@ : வள்ளியம்மை பதிப்பகம்

முதல் பதிப்பு : டிசம்பர் 2023 | Reprint: 2025

பக்கங்கள் : 246

தாள் : 70 ஜிஎஸ்எம்

அச்சகம் : Real Impact Solutions, Chennai- 600 004

வெளியீடு : வள்ளியம்மை பதிப்பகம்

அலைபேசி: 91-8939478478

மின்னஞ்சல்: arun2010g@gmail.com

விலை : ரூ 250/-

ISBN : 978-93-6123-983-0

உள்ளடக்கம்

அணிந்துரை—பேராசிரியர் டாக்டர் திரு சேமுமு முகமதலி iv
அணிந்துரை—திருமதி. விஜயலட்சுமி ரவிகுமார் xiii
முன்னுரை 1
1. எட்டு தூண்கள் 3
2. முதல் தூண் - ஆற்றல் 22
3. இரண்டாவது தூண் - பொருளாதாரம் 46
4. மூன்றாவது தூண் - நேர்மை 77
5. நான்காவது தூண் - அமைப்பு 99
6. ஐந்தாவது தூண் - இரக்க குணம் 122
7. ஆறாவது தூண் – உள்ளத்தால் பொய்யாது ஒழுகல் (உண்மை தன்மை) 146
8. ஏழாவது தூண் - பாரபட்சமின்மை 169
9. எட்டாவது தூண் - தன்னம்பிக்கை 193
10. வளமான வாழ்வு என்னும் ஆலயம் 214

அணிந்துரை—பேராசிரியர் டாக்டர் திரு சேமுமு முகமதலி

பேராசிரியர் டாக்டர் சேமுமு. முகமதலி
தலைவர், இஸ்லாமிய இலக்கியக் கழகம்
மேனாள் தமிழ்த் துறை தலைவர் & முதல்வர்
காயிதெ மில்லது கல்லூரி, சென்னை

தோரண வாயில்!

உலகின் பல்வேறு திசைகளில் பரவிக் கிடக்கும் அறிவாற்றலை இணைக்கும் கலைகளுள் முக்கியமானது மொழி பெயர்ப்புக் கலை ஆகும். அந்தக் கலை சரிவரக் கையாளப்படவில்லையெனில் அதுவே கொலை ஆகிவிடும். மூலமொழியில் கூறப்பட்ட கருத்தை அப்படியே உயிர்ப்பிப்பு செய்வதில் தான் மொழிபெயர்ப்பு ஒரு கலையாக மிளிர்கின்றது.

மொழிப்பெயர்ப்பு கலையில் விற்பன்னராக விளங்குபவர் சே.அருணாச்சலம்.

"பிறநாட்டு நல்லறிஞர் சாத்திரங்கள்
தமிழ் மொழியில் பெயர்த்தல் வேண்டும்

இறவாத புகழுடைய புது நூல்கள்
தமிழ் மொழியில் இயற்றல் வேண்டும்"
என்ற பாட்டுக்கொரு புலவராம் பாரதியின் அடியோற்றி நடந்து வருபவர் அவர் ஆவார்.

சுயமுன்னேற்ற நூல்களை அளித்ததில் குறிப்பிடத்தக்கவர் இங்கிலாந்து நாட்டைச் சேர்ந்த ஜேம்ஸ் ஆலன் ஆவார். அவரது தத்துவம் சார்ந்த நூல்களும், தலைமைத்துவ மற்றும் ஆளுமைப்பண்புகளை வளர்க்கும் மேம்பாட்டு நூல்களும் உலகப் புகழ் பெற்றவையாகும். தனிமனித வாழ்வையும், பொதுவாழ்வையும் முன்னேற்ற அவரது எழுத்துக்கள் பெரும் ஊக்கியாகத் திகழ்ந்து வருகின்றன.

28-11-1864 இல் பிறந்து 24-01-1912 இல் மறைந்த ஜேம்ஸ் ஆலன் இவ்வுலகில் 48 ஆண்டுகளே வாழ்ந்தவர். ஆனால் இவரது முதல் நூல் வெளிவந்தது 1901 இல் ஆகும். ஆகவே அவரது எழுத்துப் பணி நூல்களாக பௌர்ணமித்தது 12 ஆண்டுகளே ஆகும். அவர் எழுதிய நூல்கள் 22 என்று கூறுவர்.

1901 ஆம் ஆண்டு "From Poverty to Power or Realization of Prosperity and Peace" எனும் நூலை ஜேம்ஸ் ஆலன் வெளியிட்டார். இந்த நூலின் ஒரு பகுதியைச் செக்கிழுத்த செம்மல் வ.உ.சி 1916 ஆம் ஆண்டு 'வலிமைக்கு மார்க்கம்'

என்ற நூலாகவும் இரண்டாம் பகுதியைச் 'சாந்திக்கு மார்க்கம்' என்ற நூலாக 1934 ஆம் ஆண்டிலும் மொழி பெயர்த்துள்ளார். ஜேம்ஸ் ஆலன் எழுதிய நூல்களில் "As a Man Thinketh" எனும் நூல் மிகவும் போற்றப்பட்ட நூலாகும். இந்த நூலை 'மனம் போல் வாழ்வு" என்ற பெயரிலும் "Out From the Heart" எனும் நூலை "அகமே புறம்" என்ற பெயரிலும் வ.உசிதம்பரனார் மொழிபெயர்த்துள்ளமை குறிப்பிடத்தக்கதாகும்.

கண்ணதாசன் பதிப்பகம் 2006 இல் 'தியானங்கள்' என்ற பெயரிலும், 2007 இல் 'நிறைவளிக்கும் வாழ்வு' என்ற பெயரிலும், 2008 இல் சி.ஆர்.ரவீந்திரன் மொழிபெயர்ப்பில் 'வாழ்க்கை வெளிச்சங்கள்' என்ற பெயரிலும், 2009 இல் கவிஞர் புவியரசு மொழிபெயர்ப்பில் 'ஆத்ம தரிசனம்' என்ற பெயரிலும் ஜேம்ஸ் ஆலன் நூல்களை தமிழில் வெளியிட்டுள்ளது.

சுவர்கத்தின் நுழைவாயில், அறியாமையிலிருந்து மெய்யறிவு, விதியை நிர்ணயிக்கும் ஆற்றல், மனிதர்களும் அமைப்புகளும், வாழ்வின் கொந்தளிப்புகளைக் கடந்த உயர்நிலைகள், சுவர்க வாழ்வின் தன்மைகள், அருள் பொழியும் நிழல் பாதைகள், மகிழ்ச்சிக்கும் வெற்றிக்குமான அடித்தளம் முதலிய பெயர்களில் ஜேம்ஸ் ஆலன் எழுதிய 10 நூல்களைத் தமிழில் மொழி பெயர்த்த

பெருமை அருமைச் சகோதரர் சே.அருணாச்சலம் அவர்களுக்கு உரியதாகும்.

ஜேம்ஸ் ஆலன் நூல்களில் அதிகமானவற்றை மொழிப்பெயர்த்த சாதனைக்குரியவரான சே.அருணாச்சலம், ஜேம்ஸ் ஆலன் எழுதிய "Eight Pillars of Prosperity" எனும் நூலை "வளமான வாழ்வை கட்டமைக்கும் எட்டுத் தூண்கள்" என்ற பெயரில் இப்போது மொழிபெயர்த்துள்ளார். ஜேம்ஸ் ஆலனின் இந்த நூலை இரா.நடராஜன் பி.இ., மொழிபெயர்ப்பில் செல்வ செழிப்பிற்கு எட்டுது தூண்கள் என்ற பெயரில் 2006 இல் கண்ணதாசன் பதிப்பகம் வெளியிட்டது. அந்த நூல் செப்டம்பர் 2008 இல் இரண்டாம் பதிப்பாக வெளிவந்ததும் குறிப்பிடத்தக்கதாகும். அறவாழ்வில் உள்ளம் ஆழத் தோய்ந்த அருணாச்சலம் தமிழ்கூறு நல்லுலகத்தார் பலருக்கும் ஜேம்ஸ் ஆலனின் இந்த நூல் சென்றடைதல் வேண்டுமென்ற பேரவா உந்திடத் தனது நலிந்த உடல் நலத்தையும் பொருட்படுத்தாது 'மனிதன் மெய்யறிவாளராக உயரும் வகையில் தனது வாழ்வைக் கட்டமைத்துக் கொள்ளவும் குணவியல்புகளைக் மேம்படுத்திக் கொள்ளவும்' "வளமான வாழ்வைக் கட்டமைக்கும் எட்டுத் தூண்கள்" எனும் இந்த நூலை மொழிபெயர்த்து தந்துள்ளமை பாராட்டுக்குரியதாகும்.

வாசிப்பவன் எதைப் பெற வேண்டுமென்ற உணர்வைத் தனது எழுத்துக்களில் தந்த மூல ஆசிரியரின் நோக்கம் பிழையுற்றுப் போகா வண்ணம் அதே உணர்வை வாசிப்பவன் பெறும் வகையில் மொழிப்பெயர்ப்பதில் தான் மொழிப்பெயர்ப்பாளனின் வெற்றி அமைந்திருக்கிறது. ஜேம்ஸ் ஆலனின் இறைநெறி உணர்வும் அறவழித் திண்மையும் எட்டுத் தூண்களிலும் பிரதிபலிக்கின்றது. இதனைச் சற்றும் குறைவிலாது தந்திருப்பதில் அருணாச்சலம் குறிப்பிடத்தக்க வெற்றியைப் பெற்றிருப்பது வரவேற்புக்குரியதாகும்.

உள்ளத்தால் பொய்யாது ஒழுகும் உண்மைத் தன்மையினை அதன் எளிமை, கவர்ந்து ஈர்க்கும் ஆற்றல், ஊடுருவும் பார்வை, ஆற்றல் ஆகிய இயல்புகளோடும், எந்தப் பக்கமும் சாராத நடுவு நிற்கும் பாரபட்சமின்மையை அதன் நியாயம், பொறுமை, சாந்தம், மெய்யறிவு ஆகிய இயல்புகளோடும் தளராது முனையும் தன்னம்பிக்கையை அதன் முடிவெடுக்கும் திறன், கொள்கை உறுதி, சுயமதிப்பு, சுதந்திரமான செயல்பாடு ஆகிய இயல்புகளோடும் ஆறு, ஏழு மற்றும் எட்டாம் தூண்களாக மூல நூல் ஆசிரியர் விவரிப்பதைச் சுவை குன்றாது மொழிபெயர்த்துள்ளார் அருணாச்சலம்.

முதலாம் தூணான ஆற்றலை அதன் உடனடி செயல்திறன், விழிப்புடனான செயல்பாடு, தொழில் ஆர்வம், மனமார்ந்த செயல்பாடு ஆகிய இயல்புகளோடும் இரண்டாம் தூணான பொருளாதாரத்தை அதன் மிதத் தன்மை, செயல் திறன், ஆதாரவளம், தன்னியல்பு ஆகியவற்றோடும் மூன்றாம் தூணான நேர்மையை வாய்மை, அச்சமின்மை, குறிக்கோளில் உறுதிமிகு பற்று, வெல்லவியலாத தன்மை ஆகிய அதன் இயல்புகளோடும், நான்காம் தூணான ஒழுங்குமுறை அமைப்புத் தன்மையை அதன் செயல் தயார் நிலை, துல்லியமான செயல், பயன்பாடு, அவசிய விவரங்களைப் பெற்றிருத்தல் ஆகிய இயல்புகளோடு எடுத்துரைக்கும் விதம் இந்நூலை ஒரு மூலநூலாகவே கருதும் நடை பயின்றுள்ளதனை உணர வைக்கிறது.

ஐந்தாம் தூணான இரக்கக் குணம் அன்பான உள்ளத்தோடும், தாராளமான உள்ளத்தோடும், கனிவு மிக்க உள்ளத்தோடும் உள்ளுணர்வு நிறைந்த உண்மையான உள்ளத்தோடும் அமைகிறபோது எவ்வளவு வலிமை மிக்க வாழ்வென்னும் வீடு திகழ்ந்திடுமென்பதை மொழிப்பெயர்ப்பாசிரியர் மூல ஆசிரியரின் எண்ணவோட்டத்திற்கு இணையாக பயணித்திருக்கும் விதம் நிச்சயமாகப் படிக்கும் வாசகருக்கு உரிய தாக்கத்தை ஏற்படுத்துமென்பது உறுதியாகும்.

மூல ஆசிரியர் தனது வாழ்வில் தொடக்கத்தில் அடைந்த துன்பங்கள், சந்தித்த இன்னல்கள் ஏராளம்; அவர் இலண்டன் வந்த பிறகு அந்த 29ஆம் வயதில் செய்தி சேகரிப்பாளராக பணியை தொடங்கியவர்; தனது 34 ஆம் வயதில் ஓர் எழுத்தாளராக உருவானவர்; 37 ஆம் வயதில் அவரது முதல் நூல் வெளியாயிற்று; 15 ஆம் வயதில் தந்தையை இழந்த தனயன் அவர்; வாழ்வில் அவர் பெற்ற அனுபவங்களின் முதிர்ச்சி அவருடைய எழுத்துக்கள் வெறுமனே வாசிப்புக்குரிய கொள்கைகளாக இல்லாமல் அன்றாட வாழ்வில் செயல்பாட்டுக்குரியனவாகத் திகழ்கின்றன.

மொழிப்பெயர்பாசிரியர் சே.அருணாச்சலம் மூல ஆசிரியரைப் போன்றே ஊடகவியலாளர்; எழுத்தாளராக உருவானவர்; (மார்ச் 2022 இல் அவருக்கு நிகழ்ந்த முதுகுத் தண்டு விபத்துக் காரணமாக) அல்லல்களையும் அவதிகளையும் அன்றாடம் அனுபவித்து நாட்களை கடந்து கொண்டிருப்பவர்; ஆனாலும் மனத்திண்மையும் கொள்கை உறுதியும் அவரது அறவாழ்வு உள்ளத்திற்கு உறுதுணையாக நிற்கின்றன. இத்தகைய சூழலில் தான் அவரால் மூல ஆசிரியரின் உள்ள உணர்வை ஊடுருவிப் பார்த்து மொழியாக்கம் செய்ய முடிந்திருக்கிறது. அதனால் தான் மூல ஆசிரியரின் உயிரோட்டம் மலர்ச்சி பெற்றிருத்தலை நம்மால் அனுபவிக்க முடிகிறது.

தன்னல மறுப்பாலும் தன்னலத் தியாகத்தாலும் வாழ்க்கை எனும் ஆலயத்தை உருவாக்க அத்தியவசியமான எட்டுத் தூண்களை நிறுவுவதில் வெற்றி காண்பதற்கு இந்த நூல் தக்க வழி காட்டுகின்றது. என்றென்றும் நிலைத்திருக்கும் உண்மையான கோட்பாடுகளின் மீது வாழ்வென்னும் வீடு அமையத் தீர்க்கமான பாட்டையைக் காட்டும் இந்த நூலைத் தமிழ் கூறுநல்லுலகம் பாராட்டி வரவேற்குமெனத் துணிந்து கூறலாம்.

ஜேம்ஸ் ஆலனின் உள்ளப் பாதையில் உணர்வுப் பயணம் நடத்திடும் சே.அருணாச்சலம் இந்த நூலுடன் ஜேம்ஸ் ஆலனின் 11 நூல்களை மொழிபெயர்த்துள்ளார். இதுவரை மொழிபெயர்ப்புக் காணா ஜேம்ஸ் ஆலனின் சில நூல்களையும் சே.அருணாச்சலம் விரைந்து மொழி பெயர்த்திட வாழ்த்துகிறோம்.

ஜேம்ஸ் ஆலனின் நூல்கள் முழுமையாகத் தமிழில் மொழியாக்கம் காணுவதில் சே.அருணாச்சலம் அவர்களது பணி மகத்தானது. காலத்தை வென்று என்றும் நிலை நிற்கவல்லது. வாழ்நாள் சாதனையாளராகச் சகோரதர் திகழ்வது இறையருளே ஆகும். அவர் விரைந்து உடல்நலம்

பெற இறைவனை வேண்டுகிறேன். அவர் தம் பணி தொடரட்டும் என இறைஞ்சி வாழ்த்தி பாராட்டி நன்றி கூர்ந்து மனநிறைவடைவதில் மகிழ்ச்சி.

வாழ்க... வளர்க

அன்பு

சேமுமு. முகமதலி

25.11.2022

27/53 நரசிம்ம்புரம்

மயிலை

சென்னை 600004

9444165153

அணிந்துரை—திருமதி. விஜயலட்சுமி ரவிகுமார்

விஜயலட்சுமி ரவிக்குமார்,

நிர்வாகி முதல்வர் வித்யா ரத்னா மெட்ரிக் மேல்நிலைப்பள்ளி சென்னை-20.

வளமான வாழ்வைக் கட்டமைக்கும் எட்டு தூண்கள் (EIGHT PILLARS OF PROSPERITY) - ஜேம்ஸ் ஆலன்

தமிழில் சே. அருணாச்சலம்

அனைத்து வாசகருக்கும், அன்பு வணக்கங்கள்.

பூமித்தாய் மனம் குளிர பள்ளி மாணவர்களை மரம் வளர்ப்பில் ஈடுபடச் செய்யும் திரு. அழகுபெருமாள் ஐயா அவர்களின் IIIBFT அமைப்பு ஒருங்கிணைப்பாளர் திரு சே. அருணாச்சலம் அவர்களின் - தமிழ் வண்ணத்தில் – இங்கிலாந்து நாட்டு அறிஞர் திரு ஜேம்ஸ் ஆலன் அவர்கள் எழுதிய "EIGHT PILLARS OF PROSPERITY" என்ற நூலின்

மொழிபெயர்ப்புக்கு அணிந்துரை வழங்கும் நல்வாய்ப்புக்கு உண்மையில் நான் மகிழ்கிறேன்.

சில நூல்களைப் படிக்கலாம்; சுவைக்கலாம்; அறிந்து கொள்ளலாம் ;அவ்வளவே!ஆனால், சிலவற்றைப் படித்து, சுவைத்து, அறிந்து கொண்ட பின், அந்த கருத்துக்களைப் பின்பற்றி வாழலாம்; வாழ வேண்டும். இந்த வகைப் பட்டியலில் இடம்பெறுவதே "வாழ்வை கட்டமைக்கும் எட்டு தூண்கள்" என்ற இந்த நூல்!

"வெற்றி" எனும் மாளிகைக்கு அடித்தளம் வேண்டுமானால், "கடவுள் அருள்" அல்லது "இயற்கை கொடை" என்பதாக இருக்கலாம். ஆனால் தாங்கி நிற்கும் எட்டு தூண்கள் நிச்சயமாக இதில் சுட்டிக்காட்டியிருப்பவை மட்டுமே!

இவை, ஒரு வணிகனுக்கு மட்டுமல்ல; ஒவ்வொரு மனிதனுக்கும் வெற்றிப் பயணப் படிக்கட்டுகள்!

திரு. அருணாச்சலம் அவர்களுக்கு மார்ச் 2022 ஏற்பட்ட விபத்தால் அவருக்கு முதுகுதண்டு முறிந்து அறுவை சிகிச்சை நடந்தது. எனினும் அந்த துயரில் துவளாமல், வலியில் வாடி விடாமல், வேதனையில்

நம்பிக்கை இழக்காமல், அவர் பற்றுக் கோடாக கையில் எடுத்தது 'தமிழ் மரம்'.

ஜேம்ஸ் ஆலனின் ஆங்கிலத்தின் அதே தரத்தில், தமிழ் நயங்களோடு, தமிழ் கூறு நல்லுலகுக்கு கருத்து விருந்து படைத்திருக்கிறார், மொழிபெயர்ப்பு நூலாசிரியர் அருணாச்சலம் அவர்கள்!

இப் புத்தகம் காட்டும், ஆற்றல், பொருளாதரம், நேர்மை, அமைப்பு, இரக்கம், உண்மைத்தன்மை, பாரபட்சமின்மை, மற்றும் தன்னம்பிக்கை என்னும் எட்டுத்தூண்கள் வணிகத்துக்கு மட்டுமின்றி வாழ்க்கைக்குமான **எட்டு தூண்கள்!** கட்டாயம், **நமக்கு எட்டும் தூண்கள்**.

இந்த எட்டு தூண்களைக் கட்டியெழுப்பும் போது மாபெரும் வெற்றி கோபுரமாகும், நம் வாழ்க்கை!

அவர் மீண்டும் உடல்நலம் பெற்று தமிழ் சேவை செய்து, அவரது எல்லா பணிகளும் தொடர மனதார வாழ்த்துவோம் நன்றி வணக்கம்.

இங்ஙனம்

விஜயலட்சுமி ரவிக்குமார்

முன்னுரை

தனி நபர்களுக்கோ அல்லது தேசங்களுக்கோ ஆன பொருளாதார வளம் என்பது, அரசியல் மற்றும் சமூக மறு சீரமைப்பின் ஊடாகவே ஏற்படும் என்ற நம்பிக்கை ஆழமாகப் பதிந்திருக்கிறது. தேசத்தை உள்ளடக்கியிருக்கும் தனிநபர்கள், அறநெறிகளைக் கடைப்பிடிப்பவர்களாக இருந்தால் மட்டுமே இது உண்மையாக இருக்க முடியும். அறநெறி கோட்பாடுகள் உணரப்பட்டு அது சமூகத்தின் தனி நபர்களிடையே கடைப்பிடிக்கப்படும் போது, சிறப்பான சட்டங்களும் சமூக வாழ்வும் எப்போதும் பின் தொடரும். ஆனால், அறநெறி கோட்பாடுகளை உணர்வதில் பின்தங்கியுள்ள எந்த ஒரு சமூகமும் இயற்றப்படும் சட்டங்களின் காரணமாகப் பொருளாதார பலத்தைப் பெற முடியாது, அதன் பொருளாதார வளம் பாழாவதிலிருந்து தானாகத் தடுத்துக் கொள்ளவும் முடியாது.

அறநெறி கோட்பாடுகள், வளமான வாழ்விற்கு அடிப்படையாகவும், ஆதரவாகவும் இருக்கின்றன. காரணம், பெருநன்மையின் ஆன்மா என்பது அறநெறி கோட்பாடுகளே. அவை என்றும் நிலைத்திருக்கும். மனிதனின் நிலைத்தச் செயல்பாடுகள் யாவும் அவற்றின் அடிப்படையிலேயே கட்டப்படுகின்றன.

அவையில்லாமல் வலிமையோ, உறுதியோ, நடைமுறை தீர்வோ இல்லை. ஆனால் உறுதியின்றி ஊசலாடும் நிலையே நிலவும். அறநெறி கோட்பாடுகள் உணரப்படுவது, வளமான வாழ்வு, நன்மை, உண்மை ஆகியவற்றை காண்பதற்கு வழிவகுக்கும். அதன் விளைவாக, வலிமை, பெரு மகிழ்வு, தன்னியல்பான நிறைவு ஏற்படும்.

ஜேம்ஸ் ஆலன்

இல்ப்ஃராகோம்ப்

இங்கிலாந்து

1.எட்டு தூண்கள்

அறநெறிக் கோட்பாடுகளின் அடிப்படையிலேயே செல்வ வளம் நிலைப் பெற்றிருக்கிறது. அறநெறிகளற்ற கோட்பாடுகளின் அடிப்படையிலேயே அது நிலைகொண்டுள்ளதாகப் பரவலான ஒரு நம்பிக்கை நிலவுகிறது. அதாவது, மோசடி, சூதுவாது நிறைந்த நடைமுறைகள், ஏமாற்று மற்றும் பேராசை, பலவகையில் புத்திசாலித்தனமாகக் கருதப்படும். ஒருவரிடமிருந்து பின்வரும் கூற்றை ஒருவன் பொதுவாக கேட்கலாம், ''ஒருவன் நேர்மையற்றவனாக இருந்தாலொழிய அவனால் வணிகத்தில் வெற்றிப் பெற முடியாது''. வணிகத்தில் வெற்றி என்னும் நல்ல விஷயம், நேர்மையின்மை என்னும் தீய விஷயத்தின் விளைவாகக் காட்டப்படுகின்றது. இத்தகைய கூற்று மேலோட்டமானது. கவனமின்றி கூறப்படுவது. காரண-விளைவுகள் குறித்த அறியாமையைப் வெளிப்படுத்துகின்றது. வாழ்வின் நிதர்சனங்கள் குறித்த, குறுகிய எல்லைக்கு உட்பட்டதை மட்டுமே விளக்குகிறது. ஒருவன் சோளத்தை விதைத்துக் கீரையை அறுவடை செய்வது போன்றதாகும். வலிமையற்ற அடித்தளத்தின் மேல் செங்கல் வீட்டை கட்டுவதாகும். இவையெல்லாம் இயற்கை உலகில் சாத்தியம் இல்லை. எனவே முயற்சிக்கக்

கூடாது. காரண-விளைவு என்பது ஆன்மீக உலகிலோ அல்லது அறநெறி உலகிலோ வேறுபடுவது அல்ல. ஆனால் அதன் தன்மை மட்டுமே மாறுகிறது. கண்களுக்கு புலப்படுபவை, புலப்படாதவை என இரண்டிலும் ஒரே விதி தான் செயல்படுகின்றது. கண்களுக்குப் புலப்படும் இயற்கை செயல்பாடுகளில் செயல்படும் விதி தான், கண்களுக்கு புலப்படாத எண்ணங்களிலும் செயல்களிலும், செயல்படுகிறது. மனிதன் இயற்கை செயல்பாடுகளைக் கவனிக்கிறான். அதற்கேற்ப நடக்கிறான். ஆனால் ஆன்மீக செயல்பாடுகளை அவன் கவனிப்பதில்லை. அவை உண்மையில் இல்லை என்ற கற்பனையில் அவற்றோடு ஒற்றிசைந்து செயல்படாமல் இருக்கிறான்.

என்றாலும், அந்த அருவமான எண்ணச் செயல்பாடுகள் உருவமான புறஉலக செயல்பாடுகளைப் போன்றதே ஆகும். எண்ண வெளியில்/மன உலகில் அவை இயல்பாக வெளிப்படுகின்றன. பேராசான்களின் உருவக கதைகளும் அறிவுரைகளும் இந்த உண்மையையே வெளிப்படுத்துகின்றன. எண்ண உலகின் வெளிப்பாடு என்பது புறஉலகில் நாம் காணும் உலகமாகும். நாம் காண்பவை யாவும் கண்களுக்குப் புலப்படாதவற்றின் கண்ணாடி பிரதிபிம்பமே. ஒரு வட்டத்தின் மேல் பகுதி எந்த

வகையிலும் அதன் கீழ் பகுதிக்கு வேறுபட்டதாக இருக்காது. ஆனால் வட்டப்பகுதியின் திசைநோக்கு மாறியிருக்கும். புற உலகு மற்றும் அக உலகு என்ற இரு வளைவுகள் ஒன்றுக்கொன்று தொடர்பில் இல்லாமல் இல்லை. அவை ஒரு வட்டத்தின் இரு பாதிகள். உருவம் மற்றும் அருவமான செயல்பாடுகள் ஒன்றுக்கொன்று எதிரானவை அல்ல. ஆனால் இந்த பிரபஞ்ச ஒழுங்கிற்காக என்றும் ஒன்றுபட்டு இருக்கின்றன. ஒரு முழுமையான வட்டத்தை விட்டு மனிதன் விலக முற்படும் போது, ஒழுங்குமுறையற்ற செயல்பாடுகள் காரணமாக பிரிவினை ஏற்படுகின்றது. அதனால், ஒருவன் தடுக்கப்பட்டுத் தொடர் துன்பத்துக்கு உள்ளாகிறான். இயற்கை உலகில் நடைபெறும் ஒவ்வொரு செயல்பாடும், மன அளவில் நடைபெறும் ஒரு செயல்பாடே ஆகும். ஒவ்வொரு இயற்கை விதியும் அதன் அருவமான துணையைக் கொண்டிருக்கிறது.

எந்த இயற்கை செயல்பாட்டையும் கருதி கொள்ளுங்கள். அதன் அடிப்படை செயல்பாடுகள் உங்கள் மனதளவிலும் செயல்படுவதை நீங்கள் உணர்வீர்கள். உதாரணமாக, ஒரு விதை முளைப்பதைக் கருதுங்கள். அது விதையாக முளைத்துச் செடியாக வளர்ந்து பூப்பூத்து மீண்டும் விதையைத் தருகின்றன. இதுவும் ஒரு

மனதளவிலான செயல்பாடே. எண்ணங்கள் விதைகளாகும். அவை மனம் என்னும் நிலத்தில் விழுகின்றன. அவை முளைவிட்டு வளர்ந்து முழுமை நிலையை அடைந்து அவை தம் இயல்புக்கேற்ப நற்செயல்கள் அல்லது தீயச் செயல்களாக மலர்கின்றன. அவை மீண்டும் மற்றவர்கள் மனங்களில் தூவப்படுவதற்கான விதைகளாகின்றன. ஒரு ஆசிரியர் அல்லது ஒரு ஆன்மீக விவசாயி விதைகளை மனதில் தூவுபவர் ஆவார். தனது சொந்த மனம் என்னும் நிலத்தில் விதைகளைத் தூவ கற்றறிந்தவர் ஒரு புத்திசாலி விவசாயி ஆவார். ஒரு செடியின் வளர்ச்சியை ஒத்தது ஒரு எண்ணத்தின் வளர்ச்சி. விதையானது தகுந்த காலத்தில் தூவப்பட்டிருக்க வேண்டும் அது அறிவு என்னும் செடியாக வளர்ந்து, மெய்யறிவு என்னும் பூப்பூத்து முழு வளர்ச்சி அடைய காலம் தேவைப்படுகின்றது.

இதை எழுதும் போது நான் என் ஜன்னலின் வழியே பார்த்துச் சற்று நிதானிக்கிறேன். அங்கே நூறடி தூரத்தில் மர உச்சியில் ஒரு பறவை மிகுந்த உழைப்பைச் செலுத்தி ஒரு கூட்டைக் கட்டியிருக்கின்றது. ஒரு வலிமையான வடகிழக்கு காற்று வீசுகிறது. அந்த மரத்தின் உச்சி வேகமாக இங்கும் அங்கும் ஆடுகின்றது. என்றாலும், சிறிய குச்சிகளாலும் நார்களாலும் கட்டப்பட்ட கூட்டுக்கு

எந்த ஆபத்தும் இல்லை. தாய் பறவை தனது முட்டைகளின் மீது அமர்ந்து வீசுகின்ற காற்றைப் பற்றி எந்த அச்சமும் இல்லாமல் இருக்கிறது. இதற்கு என்ன காரணம்? இதற்குக் காரணம் அந்தப் பறவை அந்தக் கூட்டை, தன் உள் உணர்வால் அடிப்படை கோட்பாடுகளுக்கேற்ப அதிகபட்ச வலிமையையும், பாதுகாப்பையும் தரும் வகையில் கட்டியிருக்கிறது. இரண்டு கிளைகளுக்கு இடையிலுள்ள தட்டையான பகுதி அடித்தளமாகத் தேர்ந்தெடுக்கப்பட்டிருக்கிறது. எனவே, மரத்தின் உச்சி எவ்வளவு தான் காற்றில் அசைந்தாலும், அந்தக் கூடு இருக்கும் இடம் உறுதியாக, நிலையாக இருக்கின்றது. அடுத்ததாக, அந்தக் கூடு ஒரு வட்ட வடிவ அமைப்பில் கட்டப்பட்டு இருக்கின்றது. அதன் காரணமாக வெளித்தாக்குதல்களை அந்தக் கூடு அதிகபட்சம் தாக்குபிடிக்க முடியும். அதே நேரம் அதன் உட்புறமும் அதன் தேவைக்கேற்ப கச்சிதமாக இருக்கும். உயர்காற்று எவ்வளவு தான் சீற்றமாக வீசினாலும், பறவைகள் தங்கள் கூட்டில் பாதுகாப்புடனும், நிம்மதியுடனும் இருக்கும். இது ஓர் எளிமையான அனைவருக்கும் தெரிந்த ஓர் உதாரணமே. என்றாலும் கணிதவியல் அடிப்படை விதிகள் உறுதியாக பின்பற்றப்பட்டு உள்ளதால், அறிவு கூர்மை மிக்கவர்களுக்கு மெய்யறிவு ஊட்டும் எடுத்துக்காட்டாக விளங்குகின்றது, அவர்களுக்கு அது கற்றுத் தருவது, ஒருவன் தன்

செயல்களை நிலையான கோட்பாடுகளைக் கொண்டு அமைத்துக் கொண்டால் வாழ்வின் எதிர்பாராத நிகழ்வுகள் மற்றும் கொந்தளிப்புகளுக்கு இடையிலும் உறுதி, பாதுகாப்பு மற்றும் அமைதி அடையலாம்.

ஒரு பறவை கட்டும் கூட்டை விட ஒரு மனிதன் கட்டும் வீடு அல்லது ஆலயம் இன்னும் நுட்பமான வடிவமைப்புக் கொண்டது. ஆனாலும் இயற்கை எங்கும் காணப்படும் கணிதவியல் கோட்பாடுகளின் அடிப்படையை, புறப்பொருட்களின் உருவாக்கத்தில் மனிதன் பிரபஞ்ச அடிப்படை விதிகளை எவ்வாறு கடைபிடிக்கிறான் என்று இங்கே காணமுடிகிறது. கணிதவடிவியல் கோட்பாடுகளுக்கு எதிராக அவன் எந்தக் கட்டிடத்தையும் கட்ட முயற்சிப்பதில்லை. காரணம், அத்தகைய கட்டிடம் பாதுகாப்பற்றதாக இருக்கும் என்று அவன் அறிவான். அதற்கு எதிராக வீசும் முதல் புயல் காற்றில் அது மண்ணோடு மண்ணாகி சரிந்து விடும், அது ஒரு வேளை கட்டும் நிலையிலேயே சரியாமல் இருந்தால். வட்டம், சதுரம், கோணம், போன்ற அடிப்படை கோட்பாடுகளை மனிதன் துல்லியமாக புறப்பொருட்களில் கடைபிடிக்கிறான். ரூலர், பிளம்ப் லைன், காம்பஸ் போன்ற நுட்பமான கருவிகளின் துணையுடன் அவன் எழுப்பும் கட்டிடம் கடுமையான புயல் காற்றையும் எதிர்த்து

அவனுக்குப் பாதுகாப்பையும் புகலிடத்தையும் தருகிறது.

இவையெல்லாம் மிக எளிமையான விஷயங்கள் என்று வாசகர் சொல்லலாம். ஆம் அவை எளிமையானவை தான். காரணம், அவை சிறிய சமரசத்தையும் ஏற்றுக்கொள்ளாத வகையில் அவை உண்மையானவை. இதற்கு மேல் எந்த திருத்தத்தையும் செய்ய முடியாத அளவிற்கு அவை உண்மையானவை. புற உலகில் செயல்படும் இந்த கோட்பாடுகளை மனிதன் தன் நீண்ட அனுபவத்தின் வாயிலாக கற்றுக் கொண்டுள்ளான். அவற்றை கடைப்பிடிப்பதில் உள்ள அறிவார்ந்த தன்மையைக் காண்கிறான். நான் அவற்றை சுட்டிக்காட்டியதன் காரணம், அடிப்படை கோட்பாடுகள் மனதளவிலும் ஆன்மீக அளவிலும் காணப்படுகின்றன. அவை என்றும் நிலையானவை, உண்மையானவை, நிறைவானவை என்றாலும் அவை மனிதனால் மிகக் குறைந்த அளவில் புரிந்து கொள்ளப்படுகின்றன. தன்மீது அவை ஏற்படுத்தும் பாதிப்பையும் அவற்றின் இயல்பையும் பற்றி அறியாமல் அவன் அவற்றை மீறுகிறான். தன்னையும் அறியாமல் தன் மீது பாதிப்பை ஏற்படுத்திக் கொள்கிறான்.

மனதிலும் புறப்பொருட்களிலும் உள்ளது போலவே, எண்ணங்களிலும் இயற்கை செயல்பாடுகளிலும் உள்ளது போலவே, நடைமுறை செயல்பாடுகள் ஒரு உறுதியான விதியின் அடித்தளம் கொண்டுள்ளன. தெரிந்தோ தெரியாமலோ அந்த விதி புறக்கணிக்கப்படும் போது தோல்வியும் இடையூறும் ஏற்படுகின்றது. உண்மையில் அந்த விதி மீறப்படுவதே உலகின் துன்பத்திற்கும் துக்கத்திற்கும் காரணம். புறஅளவில் இந்த விதி கணிதவியலாக நிறுத்தப்படுகிறது. மன அளவில் அறநெறியாக உணரப்படுகிறது. ஆனால் கணிதவியல் விதியும் அறநெறி விதியும் வெவ்வேறானவை மற்றும் எதிரானவை அல்ல. அவை ஒரே முழுமையின் இரு பாகங்களே. புறப்பொருட்களால் கட்டப்படும் கணிதவியல் விதி என்பது உடல் ஆனால், அறநெறி அதன் உயிராகும். என்றும் நிலையான அறநெறி கோட்பாடுகள் என்பவை பிரபஞ்சத்தில் செயல்படும் கணிதவியல் உண்மையாகும். கணிதவியல் விதிகளைப் புறக்கணித்து ஒருவன் எவ்வாறு வெற்றிகரமாக கட்டிடம் கட்ட முடியாதோ அதுபோல அறநெறி விதிகளைப் புறக்கணித்து ஒருவன் வெற்றிகரமாக வாழ முடியாது. கணிதவியல் விதியின் அடிப்படையில் கட்டப்படும் கட்டிடங்களைப் போல, அறநெறி விதியின் அடிப்படையில் கட்டப்படும் குண இயல்பு உறுதியாக நிற்கும். அது மிக மெதுவாக மிகுந்த

உழைப்போடு கட்டப்படுகின்றது. ஒரு செயல் அடுத்து ஒரு செயல் என்று குண இயல்பு மெதுவாகவும் மிகுந்த உழைப்போடு கட்டப்படுகின்றது. வீடு எப்படி ஒவ்வொரு செங்கலால் கட்டப்படுகிறதோ, அது போல குண இயல்பு ஒவ்வொரு செயலால் கட்டப்படுகிறது. வணிகம் மற்றும் அனைத்து மனித செயல்பாடுகளும் பிரபஞ்ச ஒழுங்கிலிருந்து விதிவிலக்கானவை அல்ல. குறிப்பிட்ட விதிகளை அவை கடைபிடிக்கும் போது அவை நிலையாக நிற்க முடியும். செல்வ வளம் நிலையானவையாக நீடித்து நிற்க வேண்டும் என்றால் ஓர் உறுதியான அறநெறி கோட்பாட்டின் அடித்தளத்தைக் கொண்டிருக்க வேண்டும். பரிசுத்தமான குண இயல்பு மற்றும் அறநெறி உள்ளீடு ஆகிய தூண்களால் அவை நிலை நாட்டப்பட வேண்டும். அறநெறி விதிகளுக்கு எதிராக ஒரு வணிகத்தை நடத்த முயற்சிப்பது, ஏதோ ஒரு வகையான அழிவை ஏற்படுத்துவதைத் தவிர்க்க முடியாது. எந்த ஒரு சமூகத்திலும் நிலையான செல்வ வளம் பொருந்திய மக்கள் ஏமாற்றுபவர்களாகவும், மோசடி செய்பவர்களாகவும் இருப்பதில்லை. ஆனால், அதன் நம்பிக்கைக்கு நாணயத்திற்கும் உரியவர்களாக இருக்கிறார்கள். பிரிட்டிஷ் சமூகத்தில் க்வேக்கர்கள் நாணயமிக்கவர்களாக இருக்கிறார்கள். அவர்கள் எண்ணிக்கை சிறிது

என்றாலும் அவர்கள் வளமான வாழ்வு பொருந்தியவர்களாக இருக்கிறார்கள்.

மனிதர்கள் "வணிக நிறுவனத்தைக் கட்டமைப்பது குறித்து" விவாதிக்கிறார்கள். உண்மையில் வணிக நிறுவனமும் ஒரு கட்டிடத்தைப் போன்றது தான். செங்கல் செங்கலாக கட்டப்படும் வீடு அல்லது ஆலயம் போன்றது தான். ஆனால் இந்தச் செயல்பாடு மனதளவில் நடைபெறும். ஒருவனது வீட்டின் கூரையை போல வளமான வாழ்வு ஒருவனுக்கு பாதுகாப்பையும் வசதியையும் தருகிறது. ஒரு கூரையை நிறுத்துவதற்கு பக்க பலமான தூண்கள் வேண்டும். அதற்கு ஒரு அடித்தளம் தேவைப்படும். வளமான வாழ்வு என்னும் கூரை, கீழ்காணும் எட்டு தூண்களின் துணையோடு நிலை நிறுத்தப்படுகிறது. அறநெறி என்னும் அடித்தளத்தில் எழுப்பப்படும் கீழ்காணும் எட்டுதூண்கள் வளமான வாழ்வு என்னும் கூரையைத் தாங்கிப் பிடிக்கின்றன.

அந்த எட்டுதூண்கள் பின்வருமாறு:

1. ஆற்றல்

2. பொருளாதாரம்

3. நேர்மை

4. அமைப்பு

5. இரக்கம்

6. உண்மை தன்மை

7. பாரபட்சமின்மை

8. தன்னம்பிக்கை

இங்கு குறிபிடப்பட்டிருக்கும் கோட்பாடுகளை இம்மியளவும் விலகாது கடைப்பிடித்தபடி எழுப்பப்படும் வணிக அமைப்பு உறுதியாக நீடித்து நிற்கும். எதுவும் அதை பாதிக்க முடியாது. செல்வ வளம் அதில் செழிப்பதை எதுவும் தடுக்க முடியாது. அதன் வெற்றியை எதுவும் தடுக்க முடியாது. அதை எதுவும் வீழ்த்த முடியாது. அந்தக் கோட்பாடுகள் கடைப்பிடிக்கப்படுகின்றது என்ற அளவில் அதன் வளர்ச்சி மற்றும் வெற்றி உறுதி செய்யப்படுகிறது. இந்தக் கோட்பாடுகள் கடைப்பிடிக்கப்படாத பட்சத்தில் எந்த வகையான வெற்றியையும் காண முடியாது. ஒரு வணிக நிர்வாகம் அமைக்கப்பட்டிருக்க முடியுமா என்று கூட கூற முடியாது. காரணம், ஒரு பகுதியோடு ஒரு பகுதி சார்ந்து குறிப்பிடத்தக்க ஒன்றை உருவாக்க அங்கு ஒன்றும் இல்லை. அங்கே உயிரோட்டம் இல்லை. இந்தக் கோட்பாடுகள் எதையும் தினசரி வாழ்வில் கடைபிடிக்காத ஒரு மனிதனை கற்பனை செய்து பாருங்கள். இந்தக் கோட்பாடுகள் குறித்து உங்கள்

அறிவு குறைவானதாகவும் அரைகுறையாகவும் இருந்தாலுமே, அத்தகைய மனிதன் ஒரு வெற்றிகரமான செயலைச் செய்வான் என்று உங்களால் நினைத்துப் பார்க்க முடியாது. அவன் ஒரு குழப்பமான வாழ்வை, அலைபாயும் வாழ்வை வாழ்வதாக கற்பனை செய்ய முடியுமே அன்றி ஒரு வணிக நிர்வாகத்தின் தலைவனாக, ஒரு நிர்வாகத்தின் மையமாக அல்லது வாழ்வின் எந்த ஒரு துறையிலும் கட்டுப்படுத்தும் பொறுப்போடு இருப்பதாக கற்பனை செய்ய முடியாது. காரணம், அதன் சாத்தியமின்மையை நீங்கள் உணர்கிறீர்கள். அடிப்படை அறிவு மற்றும் புத்திசாலித்தனம் கொண்ட ஒருவரால், அத்தகைய மனிதன் வெற்றி பெறுவதைக் கற்பனை செய்ய முடியாத போது, இந்தக் கோட்பாடுகளின் முக்கியத்துவம் உணராதவர்கள், செல்வ வளம் கொழிக்க அறநெறி என்பது ஒரு காரணம் அல்ல, ஆனால் ஒரு தடைக்கல் என்று கூறும் கூற்று முற்றிலும் தவறு என்று நிரூபணம் ஆகின்றது. அவர்கள் கூற்று சரி என்றால் இந்த அடிப்படை அறநெறிகளின் குறைபாடு காரணமாகி வெற்றி அதிகமாகும்.

எந்த வகையான வெற்றியாக இருந்தாலும், கூடவோ குறையவோ கடைப்பிடிக்கப்படும் இந்த எட்டு கோட்பாடுகளே காரணமாகும். வளமான வாழ்வு என்னும் கூரையை இவையே வலிமையாகத் தாங்கிப் பிடிக்கும் தூண்கள். இந்த முடிவுக்கு எதிரான சூழ்நிலை தோன்றினாலும்,

அதை ஓரளவு உணரும் போது, வெற்றி என்று மக்கள் கூறும் ஒன்றுக்கு அதுவே காரணம் என்று புலப்படும். மிகக் குறைவான அளவு மனிதர்களே இந்த எட்டு கோட்பாடுகளை முழுமையாக கடைப்பிடிக்கிறார்கள் என்பது உண்மை தான், ஆனாலும், அவர்கள் தாம் தலைவர்களாக, ஆசான்களாக, வழிகாட்டிகளாக, மனித சமூகத்திற்கு ஆதரவாக மனித பரிணாம வளர்ச்சியின் வலிமையான முன்னோடிகளாக இருக்கிறார்கள்.

அறநெறி ஒழுங்கை முழுமையாக கடைப்பிடித்த சிலர் மட்டுமே வெற்றியின் சிகரத்தை எட்டுகிறார்கள் என்றாலும் அவற்றைப் பகுதி அளவில் கடைப்பிடிப்பவர்கள் வெற்றியை அடையவே செய்கிறார்கள், அது முழுமையாக இல்லையென்றாலும். காரணம், நல்விளைவுகளை ஏற்படுத்துவதில் அவை மிக வலிமை வாய்ந்தவை. சாதாரண செல்வ வளத்தையும் செல்வாக்கையும் உறுதி செய்வதற்கு குறைந்தபட்சம் ஒரு காலத்திற்காவது இந்த எட்டு கோட்பாடுகளில் இரண்டு அல்லது மூன்று கோட்பாடுகளை முழுமையாக கடைப்பிடித்தலே போதுமானது. அதே நேரம் இரண்டு அல்லது மூன்று கோட்பாடுகளை முழுமையாக கடைப்பிடித்து, மற்ற எல்லா கோட்பாடுகளை பகுதி அளவில் கடைப்பிடித்தாலும் அல்லது கிட்டத்தட்ட எல்லா கோட்பாடுகளை பகுதி அளவில் கடைப்பிடித்தாலும்

அது குறைந்தபட்ச வெற்றி மற்றும் செல்வாக்கு நிரந்தரமாவதை உறுதி செய்யும். தற்போது பகுதியளவில் மட்டுமே குணயியல்பில் ஒன்று கலந்துள்ள கோட்பாடுகள் குறித்து உணர்ந்து அவற்றை மென்மேலும் கடைபிடிக்கும் போது வெற்றி விகிதம் கூடும்.

ஒருவன் அறநெறிகளைக் குணயியல்பில் எந்த அளவிற்கு கடைபிடிக்கிறானோ அதுவே அவனது வெற்றியின் எல்லையைக் குறிக்கிறது. இது எந்த அளவிற்கு உண்மை என்றால், ஒருவன் அறநெறிகளை எந்த அளவிற்கு கடைபிடிக்கிறான் என்று தெரிந்து கொள்ள அவனது ஒட்டுமொத்த வெற்றியை அல்லது தோல்வியை கணித்தால் போதும். வளமான வாழ்வு என்னும் ஆலயம், அறநெறி கோட்பாடுகள் என்னும் தூண்களாலேயே நிற்கிறது. அந்தத் தூண்கள் பலவீனமாகும் போது அதன் பாதுகாப்புத் தன்மை குறையும். அவை இடிந்து விழும் போது ஆலயமும் மண்ணோடு மண்ணாகும்.

அறநெறி கோட்பாடுகள் புறக்கணிக்கப்படும்போதோ அல்லது மறுக்கப்படும்போதோ ஒட்டுமொத்த தோல்வியையும் வீழ்ச்சியையும் தவிர்க்க முடியாது. தவிர்க்க முடியாது என்பதன் பொருள் காரண விளைவு இயல்பாகும். மேலே தூக்கி எறியப்படும்

கல் கீழே நிலத்திற்கு வருவது போல, எல்லா செயல்களும் நன்மையோ தீமையோ, அதைச் செய்தவர்களிடம் திரும்பும். ஒவ்வொரு தீய செயலும் அது நிறைவேற்றப்படும் நோக்கத்திற்கு தடை ஏற்படுத்துகிறது. தொடர்ந்து அவ்வாறு செய்யப்படும் செயல்கள், சாதிக்க வேண்டியதை விலக்கி வைக்கிறது. ஒவ்வொரு நற்செயலும் வளமான வாழ்வு என்னும் கோயிலில் கட்ட உதவும் வலிமையான செங்கல் ஆகும். அவை அதன் தூண்களை வலிமையும் அழகும் படுத்தும் இன்னொரு கட்டமைப்பாகும்.

தனிநபர்கள், குடும்பங்கள், தேசங்கள் அறநெறி உணர்வோடு இசைந்து வாழ்வதால் வளமும் சிறப்பும் பெருகுகின்றன. அவற்றில் அவை தேயும் போது வீழ்ச்சியும் தோல்வியும் அடைகின்றன.

மனதளவிலும் சரி புறச்சூழல் அளவிலும் சரி, எவற்றுக்கு வடிவமும் உறுதியும் இருக்கிறதோ அவை தான் நிலைப் பெற முடியும். அறநெறியின்மையிலிருந்து எவற்றையும் உருவாக்க முடியாது. அவை ஒரு பொருளின் இருப்பை மறைக்கிறது. அறநெறியின்மை அழிவை விளைவிப்பதாகும். அது ஆன்மீக உணர்வை கண்டனம் செய்வதாகும். அது ஒன்றை சிதறடிக்கும் அதே வேளை, சிதறடிக்கப்பட்ட பொருள் மெய்யறிவான கட்டமைப்பாளனுக்கு மீண்டும் மூலப்பொருளாக மாறுகிறது. அந்த மெய்யறிவான

கட்டமைப்பாளனே அறநெறியாகும். அறநெறி என்னும் அருவப்பொருள், வடிவம் மற்றும் கட்டுமான ஆற்றல் ஒருங்கே கூடியது. அறநெறி எப்போதும் கட்டி பாதுகாக்கும். காரணம், அதுவே அதன் இயல்பு. அதற்கு எதிரான அறநெறி இன்மையோ எப்போதும் அழிக்கும். தனி நபர்களோ அல்லது தேசங்களோ, எதுவாயினும் சரி, அறநெறி என்றும் சிறந்த கட்டமைப்பாளன்.

அறநெறி வெல்லப்பட முடியாது. எவன் அதன் மீது நிற்கின்றானோ ஒரு அசைக்க முடியாத பாறையின் மீது நிற்கிறான். அவன் தோல்வி சாத்தியமில்லாமல் இருக்கிறது. அவன் வெற்றி நிச்சயமானது. அவன் சோதிக்கப்படுவான், மிக இறுதி கட்டம் வரையிலும் சோதிக்கப்படுவான். காரணம், போராடாமல் வெற்றி இல்லை. அப்போது தான் அவனது அறநெறி ஆற்றல்கள் முழுமைப்படுத்தப்பட முடியும். அடிப்படை கோட்பாடுகளின் படி எந்த ஒன்றும் நுட்பமாகவும் நிறைவாகவும் இருக்க வேண்டும் என்றால் அவற்றின் வலிமை சோதிக்கப்பட்டு நிரூபிக்கப்பட வேண்டும். வலிமையாகவும், உறுதியாகவும் நின்று பணி செய்ய வேண்டிய இரும்புக்கம்பிகள், இரும்பு உருக்காலை மேற்பார்வையாளரால் பல்வேறு சோதனைகளுக்கு உட்படுத்தப்படுகிறது. அவற்றின் கட்டுமானம் மற்றும் செயல் திறன் சோதிக்கப்படுவதற்கு முன்பு, அவை உருக்காலையை விட்டு வெளியேற அனுப்பப்படுவது இல்லை. செங்கல் சூளையில்,

சூடு தாங்காமல் பாதியில் உடைந்து விடும் செங்கலை அதன் உரிமையாளர் ஒதுக்கி வைக்கிறார். எனவே, எவன் சிறந்த மற்றும் நிரந்தர வெற்றியைப் பெற இருக்கிறானோ அவன் துன்பமான சோதனையான கட்டங்களைக் கடக்க வேண்டியிருக்கும். அவனுள் இருக்கும் கீழ்நிலை இச்சைகளுக்கான தூண்டுதல் நெருப்பு அணைக்கப்படுவதோடு அவன் குண இயல்பு, அழகுப்படுத்தப்படுகின்றது, வலிமைப்படுத்தப்படுகின்றது. அவன் உயர்ந்த பணிகளுக்கு ஏற்றவனாக இருக்கிறான். அந்த பணிகளை அவன் தவறாமல் செய்கிறான்.

அறநெறியின்மை அனைத்து இடங்களிலும் தூக்கி எறியப்படக் கூடும். அதன் மீது ஏறி நிற்க விரும்புபவன் தனிமையின் கூட்டுக்குள் மூழ்குகிறான். அவனது முயற்சிகள் நிற்பதாக தோன்றினாலும் விரைவில் சரியத் தொடங்கும். அவனது தோல்வியின் உச்சம் தவிர்க்க முடியாதது. தீய வழியில் சேர்த்த பணத்தைக் கொண்டு அறநெறியற்றவன் ஒரு காலத்திற்கு ஆர்ப்பரித்தாலும், அவனது பையில் இருக்கும் துளையிலிருந்து தங்கம் கொட்ட ஆரம்பித்து விட்டது. அறநெறியோடு தொடங்குபவனாக இருந்தாலும், சோதனையான கட்டத்தில் ஆதாயத்திற்காக அதைக் கைவிடுபவன், நெருப்பில் வாட்டப்படும் போது உடையும் செங்கல் போன்றவன். அவன் பயன்பாட்டுக்கு உதவ

மாட்டான். உலகமும் அவனை ஒதுக்கி வைக்கிறது. அவன் ஒரு செங்கல் அல்ல உயிர் என்பதால், முழுமையாக ஒதுக்கி வைப்பதில்லை. அவன் வாழ்ந்து, கற்று தன்னைத் திருத்தி தயார்படுத்திக் கொள்ளலாம்.

அறநெறி ஆற்றலே அனைத்து வெற்றியின் உயிரோட்டமாகும். செல்வ வளம் நீடித்து நிலை பெறுவதற்கு அதுவே முக்கிய பங்கு வகிக்கிறது. ஆனால் பலவகையான வெற்றிகள் இருக்கின்றன. அதன் காரணமாக, ஒருவன் ஒரு துறையில் தோல்விகளைத் தொடர்ந்து சந்திக்க வேண்டியதாய் இருக்கும். அது அவன் வேறு ஒரு துறையில் மேலும் சிறந்த வெற்றிகளைச் சந்திக்க காரணமாக இருக்கலாம். உதாரணமாக, ஒரு ஒரு கவிஞனோ, கலைஞனோ, அல்லது ஆன்மீக உயர்நிலை பெற்றவனோ பணத்தை ஈட்டுவதை தொடங்கினால் அவனது சொந்த நன்மைக்காகவும் அவனது அறிவு திறன் மேம்படுத்துவதற்காகவும் அவன் தோல்வியைச் சந்திக்கக்கூடும். அவனது உண்மையான ஆற்றல் எந்த துறையில் இருக்கிறதோ அதில் அவன் சிறந்த வெற்றி பெறவே இது நிகழ்கிறது. எத்தனையோ கோடீஸ்வரர்கள் தங்கள் செல்வ வளத்தை ஷேக்ஸ்பியரின் இலக்கிய வெற்றியைப் பெறுவதற்குத் தர தயாராக இருப்பார்கள் அல்லது புத்தரின் ஆன்மீக வெற்றியைப் பெற தங்கள் முழு சொத்தையும் கூட தருவார்கள். ஆன்மீக

சே. அருணாசலம்

வெற்றியுடன் செல்வ வளம் மிக அரிதாகவே காணப்படுகிறது. செல்வ வளம் ஆன்மீக வெற்றியோடு போட்டி போட முடியாது. ஆனால் நான் இந்த நூலில் புனிதர்கள் அல்லது ஆசான்களது வெற்றியைக் குறித்த உரையாட போவது இல்லை. சாதாரண மக்களின் வாழ்வோடு கலந்துள்ள வெற்றிகள், நல்வாழ்வு, மகிழ்ச்சி குறித்து உரையாடுகிறேன். பணத்தோடு தொடர்புடைய செல்வ வளம் தற்போதைய வாழ்விற்கும் எதிர்கால வாழ்விற்கும் என்று அத்தோடு முடியாமல் அனைத்து மனித நடவடிக்கைகளையும் தழுவுகிறது. குறிப்பாக தனி மனிதனை அவனது சூழலோடு ஒத்திசைய செய்து மகிழ்ச்சி எனப்படும் மனநிறைவு, வசதி என அழைக்கப்படும் செல்வ வளத்தை ஏற்படுத்துகிறது. இதை குறிக்கோளாகக் கொண்டு இந்த எட்டு கோட்பாடுகளும் எப்படி செயல்படுகின்றன என்று ஆராய்வோம். வளமான வாழ்வு என்னும் கூரை எப்படி மேலே உயர்த்தப்படுகிறது, அதனை தாங்கி நிற்கும் தூண்களால் எப்படி பலப்படுத்தப்படுகின்றது என்று காண்போம்.

2. முதல் தூண் - ஆற்றல்

அனைத்துச் சாதனைகளின் உயிர் துடிப்பாக இருப்பது ஆற்றலே. அது உயிரோட்டம் இல்லாத கரியை நெருப்பாக மாற்றுகின்றது. சாதாரண திறமையை அது உயிர்ப்பித்து மேம்படுத்தி மேதை குணம் வரை இட்டுச் செல்கிறது. அதுவே புத்தி மங்கியவனை தொடும்போது, இத்தனை நாள் இருந்த உறக்க நிலையிலிருந்து உயிரோட்டமாய் மாற்றுகிறது.

ஆற்றல் என்பது ஒரு அறநெறி அம்சம். அதன் எதிர்பதம் சோம்பியிருப்பது. ஒரு அறநெறி கூறாக இருப்பதால் அதனை வளர்த்துக் கொள்ள முடியும். சோம்பேறி மனிதன் தன்னை கட்டாயப்படுத்தி முயற்சியில் ஈடுபடுத்திக் கொள்வதால், ஆற்றல் மிக்கவனாக மாற முடியும். ஆற்றல் மிக்க மனிதனோடு ஒப்பிடும்போது சோம்பேறி மனிதன் பாதி அளவில் உயிர்ப்போடு கூடி இருக்கிறான். ஒருவன் ஒரு செயலைச் செய்வது எவ்வளவு கடினம் என்று பேசிக் கொண்டிருக்கும்போதே, மற்றவன் அதே வேலையைச் செய்துக் கொண்டிருக்கிறான். சோம்பேறி மனிதன்

தூக்கத்திலிருந்து விழித்துக் கொள்ளும் முன்பே சுறுசுறுப்பானவன் பாதி வேலையைச் செய்து விட்டான். சோம்பேறியாளர்கள் வாய்ப்புக்கு காத்திருக்கும் வேளையில் சுறுசுறுப்பானவன் ஐந்து ஆறு வாய்ப்புகளைப் பெற்று பயன்படுத்திக் கொண்டுவிட்டான். சோம்பேறியானவன் கண்ணைக் கசக்கி கொண்டிருக்கும் வேளையில் சுறுசுறுப்பானவன் வேலையைத் தொடங்கி விட்டான்.

ஆற்றல் ஒரு முக்கிய சக்தியாகும். அது இல்லாமல் எதுவும் நடைப்பெறாது. அனைத்து வகை செயல்பாடுகளுக்கும் அதுவே அடிப்படைக் கூறாகும். தடையில்லாமல் ஒழுங்கோடு பாயும் சக்தியின் வெளிப்பாடே இந்த முழு பிரபஞ்சம் ஆகும். ஆற்றலே உண்மையில் வாழ்வாகும். அது இல்லை என்றால் பிரபஞ்சமும் இல்லை. வாழ்வும் இல்லை. ஒரு மனிதன் செயல்பட நிறுத்தும்போது, அவனது உடல் துடிப்பின்றி கிடக்கும் போது, அவனது செயல்பாடு நிற்கும் போது, அவன் இறந்து விட்டதாக கூறிவிடலாம். ஒருவன் எந்த அளவு செயல்படாமல் இருக்கிறானோ அந்த அளவு உயிர் துடிப்பின்றி இருக்கிறான். மனிதன் மன அளவிலும் உடலளவிலும் செயல்படுவதற்காக வடிவமைக்கப்பட்டிருக்கிறான். சோம்பித் திரிவதற்காக அல்ல. செயல்படுவதற்குக் காரணமாக விளங்கும் தசைகள் சோம்பேறி மனிதனுக்கு ஒரு பாரமாகும். ஒவ்வொரு நரம்பும்,

ஒவ்வொரு எலும்பும் எதிர்பார்ப்புகளுடன் வடிவமைக்கப்பட்டுள்ளது. ஒவ்வொரு அம்சமும் ஒவ்வொரு வடிவமைப்பும் பயன்பாடுகளுக்கானவையே. அனைத்துக்கும் செயல்பாடே முக்கிய குறிக்கோள். செயல்படும் போது அவை செம்மையாகும்.

நிலை இவ்வாறு இருக்க, சோம்பித் திரிபவனுக்கு செல்வ வளம் கிடையாது, மகிழ்ச்சி கிடையாது, புகலிடமோ ஓய்வோ கிடையாது. அவன் பேராசை கொண்டிருக்கின்ற வேலை செய்ய வேண்டிய தேவையில்லாத நிலையும் அவனுக்குக் கிடையாது. காரணம் இறுதியில் அவன் கதியற்றவனாக, ஒதுக்கப்பட்டவனாக, பிரச்சினை தருபவனாக மாறுகிறான். "சோம்பேறி மனிதன் மிகக் கடுமையான வேலையைச் செய்கிறான்" என்ற பழமொழி சரியாகவே உள்ளது. முறையான உழைப்பையும் தன் திறமையையும் ஈடுபடுத்தாமல் தவிர்ப்பதால், தன் மீது மிக பாரமான சுமையை ஏற்றுக் கொள்கிறான்.

தவறான திசையில் செலுத்தப்படும் ஆற்றல், எந்த ஆற்றலும் இல்லாத நிலையை விட மேலானதாகும். இதை புனித ஜான் தமது வார்த்தைகளில் வலிமையாக கூறுகிறார். "நீ சூடாகவோ அல்லது குளுமையாகவோ இரு, வெதுவெதுப்பாக

இருந்தால் உன்னை நான் துப்பி விடுவேன்." சூடு மற்றும் குளுமை என்ற இரு எல்லைகள் இங்கே நல்ல ஆற்றல் மட்டும் தவறான ஆற்றலை குறிப்பிடுகின்றன.

வெதுவெதுப்பான நிலை நிறமற்றது, உயிரோட்டமில்லாதது, பயனற்றது. அதில் எந்த நன்மையோ அல்லது தீமையோ இருப்பதாக கூற முடியாது. அது வெற்று தன்மையுடன் இருக்கிறது. தவறான நோக்கத்திற்காக தன் ஆற்றலை செலவிடுபவன், தன் சுயநல நோக்கத்தை அடைய பெரிதும் முயற்சிக்கிறான். அதன் விளைவாக தன் மீது துன்பத்தையும் வலியையும் துக்கத்தையும் சுமத்திக் கொள்கிறான். அந்த அனுபவம் கற்றுத் தரும் பாடங்கள், அவன் தன் செயல்பாடுகளைத் திருத்திக் கொள்ள இறுதியில் வழி அமைக்கின்றன. சரியான நேரத்தில் உயர்ந்த நோக்கங்களுக்காக அவனது மனக்கண் திறக்கும் போது அவன் தன்னைச் சுற்றி அவனது ஆற்றல் பாய்வதற்கு சரியான வழித்தடங்களை அமைத்துக் கொள்வான். முன்பு தவறான திசையில் செலுத்தியதை இப்போது சரியான திசையில் செலுத்துகிறான். இந்த உண்மையை பின்வரும் பழமொழி அழகாக கூறுகிறது. "பெரும் புனிதனாக இருப்பவன் பல பாவங்கள் செய்தவனாக இருப்பான்".

ஆற்றல் என்பது சக்தியாகும். அது இல்லாமல் எதையும் சாதிக்க முடியாது. அறநெறி தன்மையையும் கூட காணப்படாது. காரணம், அறநெறி என்பது தீமையைச் செய்யாமல் இருப்பது மட்டுமல்ல, ஆனால், நன்மையை முழுமையாக செய்வதாகும். முயற்சி செய்தும் போதிய ஆற்றல் இன்மையால் தோல்வியுறுபவர்கள் இருக்கிறார்கள். சாதகமாக விளைவை ஏற்படுத்தக் கூடிய அளவுக்கு அவர்கள் முயற்சி, ஆற்றல் மிக்கதாக இல்லை. அவர்கள் தீங்கானவர்கள் இல்லை. அவர்கள் நேரடியாக எந்தத் தீங்கையும் செய்யாததால் தோல்வியுறும் நல்ல மனிதர்களாகப் பொதுவாகச் சொல்லப்படுகிறார்கள். ஆனால் தீமை செய்வதற்கான ஆற்றல் இல்லாமல் இருப்பதை நன்மை என்று கூற முடியாது. அது பலவீனத்தைத் தான் குறிக்கிறது. எவன் உண்மையிலேயே நல் மனிதன் என்றால், தீமை செய்வதற்கான ஆற்றல் இருந்தும் நல்வழியைத் தேர்ந்தெடுத்து தனது ஆற்றல்களைச் செலவிடுபவனே ஆவான். ஒரு குறிப்பிட்ட அளவு ஆற்றல் இல்லை என்றால், எந்த அறநெறி தன்மையும் கூட நிலைப்பெறாது. என்ன நன்மை இருக்கிறதோ அது விழிப்பு நிலையில் இல்லாமல் உறக்க நிலையில் இருக்கிறது. ஆற்றல் இல்லாமல் எந்த நன்மையும் முன்னே செல்லாது, ஆற்றல் இல்லை என்றால் அசைவு இல்லை என்பது போல.

வாழ்வின் ஒவ்வொரு துறையும் செயல்படும் நிலையைக் குறிப்பது ஆற்றல் தான். அது ஆன்மீக வாழ்வு அல்லது புறவாழ்வு என எதைச் சார்ந்ததாக இருந்தாலும். படைவீரனிடமிருந்து மட்டுமல்ல ஒவ்வொரு ஆசானின் உதடுகள் மற்றும் பேனாவிலிருந்து புறப்படும் செயல்படுவதற்கான கட்டளை, தங்கள் உறங்கிக் கிடக்கும் ஆற்றலை மக்கள் விழித்தெழ செய்ய வேண்டும் என்பதற்கான அழைப்பு தான். தங்கள் உடனடி கடமையை நிறைவேற்ற வேண்டும் என்பதற்கான அழைப்பு தான். தியானம் கற்றுத் தருபவர்கள் கூட தங்கள் சீடர்கள் தியான எண்ணங்களில் ஈடுபட வேண்டும் என்று கூறுவார்கள். ஆற்றல் வாழ்வின் அனைத்துத் தளங்களிலும் தேவையானதாகும். படைவீரர்கள், பொறியாளர்கள் மற்றும் வணிகர்களது செயல்விதியாக மட்டும் ஆற்றல் இல்லை. ஆனால் மீட்பர்கள் மற்றும் ஞானிகள் மற்றும் புனிதர்களின் கட்டளையும் செயல்விதியும் ஆற்றல் தான்.

மிகப்பெரும் ஆசான் ஒருவர் தனது மாணவர்களுக்கு வழங்கிய அறிவுரை "விழிப்புடன் இரு, எப்போதும்".

ஒருவனது குறிக்கோள் நிறைவேற வேண்டும் என்னும் பொருட்டு, ஓய்வில்லாத ஆற்றலின் முக்கியத்துவத்தை இது குறிப்பிடுகிறது. இது விற்பனையாளனுக்கும் சரி, புனிதர்களுக்கும் சரி, பொருந்தக் கூடியதாகும். "தொடர் விழிப்பு

நிலையே சுதந்திரத்திற்கான விலை". சுதந்திரம் என்பது ஒருவன் தன் இலக்கை அடைவதாகும். அதே ஆசான் கூறிய மற்றொரு அறிவுரை "ஏதாவது ஒரு செயல் செய்யப்பட வேண்டுமானால், அதை அவன் உடனடியாக செய்யட்டும். அதை முழு ஆற்றலோடு அணுகட்டும்.

செயல்பாடு என்பது படைப்பாற்றல் மிக்கது. முறையான பயன்பாட்டில் அது இருக்கும்போது மேன்மையும் வளர்ச்சியும் அந்தச் செயல்பாட்டைத் தொடரும். நமக்கு கூடுதல் ஆற்றல் தேவை என்றால் நம்மிடம் ஏற்கெனவே உள்ள ஆற்றலை முழுமையாக பயன்படுத்த வேண்டும். எவனிடம் உள்ளதோ அவனிடமே தரப்படும். எவன் எந்த ஒரு செயலில் தன்னுடைய முழு ஆற்றலையும் செயல்படுத்துகிறானோ அவனிடமே ஆற்றலும் சுதந்திரமும் தேடி வரும்.

ஆற்றல் பயன்பாடு உடையதாக இருக்க வேண்டும் என்றால் அது நல்ல குறிக்கோளோடு இருப்பது மட்டும் போதாது, அது கவனமுடன் கட்டுப்படுத்தப்பட்டு கையாளப்பட வேண்டும் (வீணாவதைத் தடுக்க வேண்டும்) இயற்கையில் ஆற்றல் வீணாவதோ அல்லது தொலைந்து போவதோ தடுக்கப்படுகிறது. இந்த கோட்பாட்டை குறித்து நவீன சொற்தொடர் "சேகரிக்கப்படும் ஆற்றல்" என்பதாகும். எவன் ஒருவன், தன்னுடைய ஆற்றல் வீணாகாமல் இருக்க வேண்டும் என்று

நினைக்கிறானோ அவன் இந்த கோட்பாட்டைக் கவனமாகக் கடைப்பிடிக்க வேண்டும். சத்தமும் அவசரமும் பெரும் ஆற்றல் வீணாவதைக் குறிப்பதாகும். (கூடுதல் அவசரம், குறைவான வேகம்) என்பது பழமொழி. அதிகப்படியான சத்தம் எப்போதும் குறைவான செயல் நிறைவேற்றத்துடன் துணை வரும். அதிகமான பேச்சு, குறைவான செயலுக்கு வழிவகுக்கும். செயல்படும் நீராவியின் ஓசை கேட்கப்படுவதில்லை. தப்பி வெளியே போகும் நீராவியே மிகுந்த ஓசையை ஏற்படுத்துகிறது. ஒன்றுதிரட்டப்பட்ட வெடிமருந்தின் தூளே, துப்பாக்கியில் உள்ள தோட்டாவை அதன் இலக்கை நோக்கிச் செலுத்துகிறது.

எந்த அளவு மனிதன் தன் ஆற்றலை வீணாக்குவதைத் தடுக்கிறானோ, தன் இலக்கை நோக்கி ஒருமுகப்படுத்தப்படுகிறானோ, அந்த அளவு அவன் அமைதியையும், சாந்தத்தையும் பெறுவான். சத்தம் என்பது ஆற்றல் என்று நினைப்பது, மிகப்பெரிய மாயை ஆகும். தம்பட்டம் அடித்துக் கொள்பவனை விட, ஒரு பெரிய குழந்தை கிடையாது. அவன் மனதளவில் இன்னும் குழந்தைத்தனமானவன். எதையும் செயல்படுத்தும் வலிமை இல்லாமல், காண்பிப்பதற்கு எந்த ஒரு சாதனையும் இல்லாமல் அதை ஈடுகட்ட அவன் சத்தமாகத் தன்னைத்தானே புகழ்ந்து கொள்வான்.

"நிசப்தமான நீர் ஆழமாக ஓடும்" மிகப் பெரும் பிரபஞ்ச ஆற்றல்கள் சத்தமில்லாதவை. எங்கே சாந்தமான மனம் இருக்கிறதோ அங்கே பெரும் ஆற்றல் இருக்கிறது. சாந்தமான மனம் என்பது வலிமையான, நன்கு பயிற்சி அளிக்கப்பட்ட, பொறுமையுடன் ஒழுங்குபடுத்தப்பட்ட, ஒரு மனதின் நிச்சய அடையாளமாகும். சாந்தமான மனம் கொண்ட மனிதனுக்குத் தன் வேலை எதுவென்று சரியாகத் தெரியும். அதில் உங்களுக்கு சந்தேகம் வேண்டாம். அவன் வார்த்தைகள் குறைவு, ஆனால் அவை பேசும். அவன் செயல்பாடுகள் நன்கு திட்டமிடப்படுகின்றன. சரியான செயல்படும் இயந்திரத்தைப் போல அவை நன்கு செயல்படுகின்றன. அவன் தொலைநோக்குப் பார்வை கொண்டவனாய் இருக்கிறான். தனது இலக்கை நேராக அடைகிறான். பிரச்சினையாக உள்ள எதிரியை அவன் நண்பனாக்கிக் கொள்கிறான். அவனையும் தனக்கு வேண்டியவாறு பயன்படுத்திக் கொள்கிறான். காரணம் "எதிரி கூடவே வழியில் வரும்போது அவனுடன் ஒத்துப் போக வேண்டும்" என்பதை அறிந்திருக்கிறான். ஒரு சிறந்த படை தளபதியை போல அனைத்து ஆபத்துகளையும் தடுக்க முன்னேற்பாடுகள் செய்திருக்கிறான். வருமுன் காப்பவனே சிறந்த மனிதன் ஆவான். அவன் தீர்ப்புகள் வழங்கும்போது அனைத்து நுணுக்கமான காரணங்களையும் ஆராய்கிறான். அவன் ஆச்சரியத்தால்

எதிர்கொள்ளப்படுவதில்லை, அவசரமாகச் செயல்படுவதில்லை, தனது உறுதியை எப்போதும் கடைப்பிடிக்கிறான். தனது தளம் எதுவென்று சரியாக அறிந்திருக்கிறான். நீங்கள் அவனைப் பிடித்து விட்டதாக நினைப்பீர்கள். ஆனால் அடுத்த நொடியே அறிவீர்கள், அவன் தான் உங்களைப் பிடித்து விட்டான் என்று. உங்கள் உடனடி மன உணர்வு, அவனது உறுதியான மனதுடன் போட்டி போட முடியாது. அது முதல் தாக்குதலிலே வீழ்ந்து விடும். உங்களது ஒழுங்கு படுத்தப்படாத ஆற்றல்கள் அவனது ஒருமுகப்பட்ட நன்குமுறையாகச் செலுத்தப்படும் ஆற்றலை தவிர்க்கமுடியாது. "அவன் எல்லா முனைகளிலும் தயார் நிலையில் இருக்கிறான். தன் மனதை நன்கு பயிற்சியால் ஒழுங்குபடுத்திய காரணத்தால், அவன் எதிரியை சந்திக்கும் விதமே, அந்த எதிரியை அழித்து விடும். கோவமான வார்த்தைகளை அவன் மீது போடுங்கள். அவன் வழங்கும் மென்மையான மறுமொழி உங்கள் இதயத்தில் ஆழ்ந்து ஊடுருவி உங்கள் முட்டாள்தனத்தை வெளிப்படுத்தும். உங்கள் கோப நெருப்பு அணைந்து வருத்தம் என்னும் சாம்பலாக மாறும். சொல்லத்தகாத எண்ணங்களுடன் அவனை அணுகிப்பாருங்கள். அவனுடைய ஒரு பார்வை உங்களை வெட்கத்தில் மூழ்கடித்து உங்களை மீண்டும் சரியான மனநிலைக்குக் கொண்டு வரும். அவன் அனைத்து நிகழ்வுகளுக்கும் தயாராக இருப்பதைப்போல

அனைத்து மனிதர்களுக்கும் தயாராக இருக்கிறான், அவனுக்காக மற்றவர்கள் தயாராக இல்லாத போதும். சாந்தமான மனது கொடுக்கும் தன்னியல்பான ஆற்றலால் அவன் முன்னிலையில் அனைத்துத் துரோகங்களும் தோலுரிக்கப்படுகின்றன.

சாந்தமான மனது என்பது ஒரு செயல்பாடற்ற நிலை என்பதிலிருந்து வேறுபடும். அது ஒருமுகப்படுத்தப்பட்ட ஆற்றல் நிலை. ஒரு கவனமான மனம் அதன் பின்னே செயல்படுகிறது. பரபரப்பிலும் ஆர்பரிப்பிலும் மனநிலை சிதறுகிறது. அது பொறுப்புகளை ஏற்காது. அதற்கு மதிப்பு வழங்க முடியாது. முணுமுணுப்புகின்ற அவசரப்படுகின்ற மனிதன் எந்த ஈர்ப்புத் திறனும் இல்லாமல் இருக்கிறான். அவன் மோதுகிறான். ஈர்ப்பதில்லை. "அலட்டிக் கொள்ளாத" தனது அயலான் ஏன் வெற்றி பெறுகிறான், ஏன் விரும்பி அழைக்கப்படுகிறான் என்று அவன் ஆச்சிரியப்படுகின்றான். அதே வேளை இவனோ அவசரப்பட்டு வருத்தப்பட்டு குழப்பிக் கொண்டு, அதை இவன் பாடுபடுதல் என்று தவறாக அழைத்துக் கொண்டு, தோல்வியுறுகிறான், பிறரால் ஒதுக்கப்படுகிறான். அவனது அயலான் அலட்டிக் கொள்ளாதவனாக இல்லை, ஆனால், சாந்தமுடையவனாக இருக்கிறான். அவன் விரும்பிச் செயல்பட்டு மேலும் பணிகளைப் பெறுகிறான். அதைத் திறன் பட

நிறைவேற்றுகிறான். சுய கட்டுப்பாட்டுடனும், கௌரவத்துடனும் இருக்கிறான். இது தான் அவனது வெற்றிக்கும், ஈர்ப்புக்கும் காரணம். அவனது ஆற்றல் கட்டுப்படுத்தப்பட்டுப் பயன்படுத்தப்படுகிறது. ஆனால் மற்றவர்கள் ஆற்றலோ சிதறடிக்கப்பட்டு வீணாக்கப்படுகிறது.

வளமான வாழ்வு என்னும் கோயிலில் முதல் தூணாக இருப்பது ஆற்றல் தான். முதலும் முக்கியமானதாக அது இல்லை என்றால் வளமான வாழ்வு என்பது இருக்காது. ஆற்றல் இல்லை என்றால் செயல் திறன் இல்லை. அங்கே சுயமதிப்பும் சுதந்திர தன்மையும் நிலை பெறாது. வேலையற்றோர் பட்டியலில் பார்த்தால் பலரும் வேலையில் சேராமல் இருப்பதற்கு முக்கிய காரணம் செயல்படுவதற்கு ஆற்றல் இல்லாமையே. தெருமுனையில் பல மணி நேரம் நின்று புகைப்பிடித்துக்கொண்டு தனக்கு யாராவது மது வாங்கித் தருவார்களா என்று காத்துக் கொண்டிருப்பவனுக்கு வேலை கிடைப்பது கடினம். ஒருவேளை கிடைத்தாலும், அதை அவன் ஏற்பது அரிது. உடலளவில் மந்தமாக மனதளவில் விழிப்புணர்ச்சி இன்றி அவன் வாழ்கின்றான். ஒவ்வொரு நாளும் தன்னை மேலும் மேலும் பணிக்குத் தகுதியற்றவனாக அவன் தன்னை மாற்றிக் கொள்கிறான். ஆனால் ஆற்றல் மிக்கவன் வேலையற்ற நிலையை ஒரு தற்காலிக காலத்திற்குச் சந்திப்பான். ஆனால் அவன் நிரந்தர

வேலையற்றவனாக மாறுவதற்கு வாய்ப்பில்லை. அவன் வேலையைத் தேடிக் கொள்வான் அல்லது உருவாக்கிக் கொள்வான். காரணம், வேலையின்மை அவனுக்கு வலி மிகுந்ததாகும். வேலை அவனுக்கு மகிழ்ச்சியை தரும். எவன் பணியை செய்வதில் மகிழ்ச்சி கொள்கிறானோ அவன் வேலையற்றோர் பட்டியலில் நீண்ட காலம் இருக்க மாட்டான்.

சோம்பேறியான ஒருவன் பணியில் அமர்த்தப்பட விரும்ப மாட்டான். எதையும் செய்யாதிருக்கும் போது அவன் திருப்திகரமாக இருக்கின்றான். செயல்பாட்டினை எவ்வாறு தவிர்க்க வேண்டும் என்பதே அவனது முக்கிய ஆய்வாக இருக்கின்றது. செயல்பாடுகளைத் தவிர்த்து எவ்வாறு பிழைத்துக் கொள்வது என்பதே மகிழ்ச்சி குறித்து அவனது கருத்தாக இருக்கிறது. அவன் வேலையில் அமர்த்தப்பட தகுதி இல்லாதவன். பணக்காரர்களின் செயல்பாடே அனைத்து வேலை வாய்ப்பின்மைக்கு காரணம் என்று கூறும் மிகப் பெரிய பொது உடைமைவாதியும் கூட சோம்பேறியான கவனக்குறைவான பயனற்ற ஒரு வேலைக்காரனைப் பணியிலிருந்தும் நீக்கி வேலையற்றோர் பட்டியலில் இன்னொரு நபரை சேர்ப்பார். காரணம், சரியான மனதையுடைய மனிதர்களின் செயல்பாடுகளுக்கு சோம்பேறி குணம் மிகப்பெரிய உறுத்தலாக இருக்கிறது.

ஆனால், ஆற்றல் என்பது ஒரு கூட்டுச் சக்தி. அது தனியாக நிற்பது இல்லை. அதில் பின்வரும் குண அம்சங்கள் நிறைந்திருக்கின்றன. அவை ஒருவனின் வலிமையான இயல்பை உருவாக்கி வளமான வாழ்வை ஏற்படுத்துகின்றன.

அந்த குண அம்சங்கள் பின்வரும் நான்கு இயல்புகளாக அடங்கியிருக்கின்றன.

1. உடனடி செயல்பாடு

2. விழிப்புடன் செயல்படுவது

3. தொழில் ஆர்வம்

4. மனமார்ந்த செயல்பாடு

இந்த நான்கு கூறுகளால் உருவானதே ஆற்றல் என்னும் தூண். துன்பம் என்னும் பருவநிலையை எதிர்த்துத் தாக்குப்பிடித்து நிற்கும் உறுதியை வழங்கும். வாழ்வின் உயிரோட்டம், ஆற்றல், செயல் திறன் ஆகியவற்றை உருவாக்கும்.

உடனுக்குடன் செயல்படுவது என்பது ஒரு விலைமதிப்பு மிக்க உடைமை ஆகும். அது மதிப்பை, நம்பிக்கையைப் பதிலுக்குப் பெறுகிறது. விழிப்பாகவும், உடனடியாகவும், நேரம் தவறாமல் செயல்படுபவர்கள் மீது நம்பிக்கை ஏற்படுகிறது.

அவர்கள் கடமையை செய்வார்கள் என்று நம்ப முடியும். அதை விரைவாகவும் சிறப்பாகவும் செய்வார்கள் என்றும் நம்ப முடியும். உடனடி செயல்பாட்டை கடைபிடிக்கும் எஜமானர்கள் தங்கள் கடமையைச் செய்யும் ஊழியர்களுக்கு ஊக்க சக்தியாக இருக்கிறார்கள், கடமையைத் தவிர்க்கும் ஊழியர்களுக்கு சாட்டை அடியாக இருக்கிறார்கள். தங்களை ஒழுங்கான முறையில் திருத்திக் கொள்ளாதவர்களுக்கு அந்த சாட்டையடி தேவைதான்.

இவ்வாறு தங்கள் பயன்பாட்டையும் வெற்றியையும் அதிகரித்துக் கொள்ளும் அதே நேரம், மற்றவர்களும் பயன்பாடு மிக்கவர்களாகவும் வெற்றியாளர்களாக இருக்கவும் அவர்கள் பங்களிக்கிறார்கள். கடமையைத் தவிர்க்கும் ஊழியன், காலத்தை எப்போதும் கடத்துகிறான். வேலையை நேரத்தில் முடிப்பதில்லை. அவன் தனக்குத் தொந்தரவாக இருக்கிறானோ இல்லையோ மற்றவர்களுக்குத் தொந்தரவாக இருக்கிறான். அவன் செயலுக்கு பெரிய மதிப்பு வழங்குவதில்லை. உடனடி செயல்பாட்டின் இரு கூறுகளாக இருப்பவை, அறிந்து செயல்படுவது, விரைந்து செயல்படுவது ஆகும். அவை வளமான வாழ்வை அடைய துணை நிற்கும். சாதாரண வணிக செயல்பாடுகளில் சுறுசுறுப்பாகவும் மலர்ந்த முகத்துடன் செயல்படுவது, ஆற்றலை சேமிக்கும். உடனடி செயல்பாடு ஆதாயத்தை ஏற்படுத்தும்.

காலம் தாழ்த்தி வணிகத்தில் செயல்படும் ஒருவன் இதுவரை அதில் வெற்றி பெற்றிருக்கிறானா என்பது சந்தேகமே. அவ்வாறு இருக்கும் ஒருவனை இதுவரை நான் சந்தித்ததில்லை. ஆனால் காலம் தாழ்த்தி செயல்பட்டு தோல்வி அடைந்தவர்களை நான் அறிந்திருக்கிறேன்.

மனதின் அனைத்து திறன்கள் மற்றும் ஆற்றல்களுக்கும் காவலாக இருப்பது விழிப்புணர்வே ஆகும். பாதிப்பை ஏற்படுத்தக்கூடிய அழிவை ஏற்படுத்தக்கூடிய எந்த ஒரு அம்சமும் மனதினுள் புகாமல் காவல் காத்து நிற்கும் துப்பறிவாளன் விழிப்புணர்வாகும். அனைத்து வெற்றி, சுதந்திரம் மற்றும் மெய்யறிவுக்கு துணையாகவும், காவலாகவும் இருக்கிறது. மனதின் இந்த விழிப்புணர்வு மனப்பான்மை இல்லை என்றால் ஒருவன் முட்டாளாகத் தான் இருப்பான். முட்டாள்களுக்கு வளமான வாழ்வு கிடையாது. ஒரு முட்டாள் அவன் மனதை அதன் சமநிலையிலிருந்து சாந்தத்திலிருந்து, அதன் கணிக்கும் திறனிலிருந்து கீழான எண்ணங்களாலும் வன்முறையான உணர்வுகளாலும் தன் மனம் சறுக்கி விழுவதற்கு அனுமதிக்கின்றான். அவன் மனதினுள் புகும் ஒவ்வொரு தூண்டுதலும், அவனைப் பாதிக்கின்றது. அவன் தன் மன வாசலை திறந்தே வைக்கிறான். காவல் காப்பதில்லை. அவனை எதிர்கொள்ளும் ஒவ்வொரு தூண்டுதலாலும் அலைக்கழிக்கப்படும் அளவிற்கு, அவன் பலவீனமாக இருந்து அவன்

சமநிலையை இழக்கிறான். எப்படியெல்லாம் இருக்கக் கூடாது என்பதற்கு அவன் மற்றவர்களுக்கு எடுத்துக்காட்டாக இருக்கிறான். அவன் எப்போதுமே தோல்வியாளனாக இருக்கிறான். காரணம், அவன் அனைத்து மனிதர்களுக்கும், மனிதர்களாலும் தொந்தரவாகக் கருதப்படுகிறான். அவனை மரியாதையோடு வரவேற்க எந்தச் சமூகமும் தயாராக இல்லை. வலிமையின் ஊற்று கண்ணாக மெய்யறிவு இருப்பது போல, பலவீனத்தின் ஊற்றுக் கண்ணாக முட்டாள்தனம் இருக்கின்றது.

அன்றாட வாழ்வின் செயல்பாடுகளில் பொதுவான கவனச்சிதறல்களாலும் கவனக் குறைவாலும் ஒருவனது விழிப்புணர்வின்மை வெளிப்படுகின்றது. கவனக்குறைவு என்பது முட்டாள்தனத்தின் இன்னொரு பெயராகும். பெரும் அளவு தோல்வி மற்றும் துக்கம் ஏற்படுவதற்கு அது மூலக் காரணமாக இருக்கின்றது. வளமான வாழ்வு மற்றும் பயன்பாட்டுக்கு உரியவனாக இருப்பதை விரும்பும் எவனும் (சமூக வாழ்வின் பயன்பாடும் தனிப்பட்ட வாழ்வின் வளமும் ஒருவனுக்கு இலவசமாக வழங்கப்பட முடியாது) தனது செயல்பாடுகளில் கவனக் குறைபாடுகளை அனுமதிக்கக் கூடாது. காரணம், அந்த கவனக்குறைப்பாடான செயல்பாடுகளின் விளைவுகள், மற்றவர்கள் மீதும் அவன் மீதும் பாதிப்பை ஏற்படுத்தும். ஒருவன் தனது தொழில் வாழ்வின் தொடக்கக்

காலங்களிலேயே தனக்கென்று ஒரு தனிப்பட்ட பொறுப்பு இருப்பதை உணர்ந்து செயல்பட வேண்டும். அவன் எங்கு இருந்தாலும், அது வீடோ, கடை கல்லாப் பெட்டியோ, மேடையோ, வகுப்பறையோ, வரிசையிலோ, துணையாகவோ, தனியாகவோ, வேலையிலோ அல்லது விளையாட்டிலோ அவனது செயல்பாட்டு நடவடிக்கைகள், அவனது தொழில் வாழ்வை நல்ல முறையிலோ, தீய முறையிலோ ஒரு தாக்கத்தை ஏற்படுத்தும் என்று அவன் அறிந்திருக்க வேண்டும். காரணம், ஒருவனது ஒழுக்க நடைமுறைகள் எதிர்வரும் அனைவர் மீதும், அது ஆணோ, பெண்ணோ, குழந்தையோ ஒரு நுட்பமான பதிவை ஏற்படுத்தும். அந்த பதிவே ஒருவர் மீது ஒருவர் கொள்ளும் மனப்பான்மைக்கு அடிப்படை காரணம். இதனாலேயே ஒழுங்கு முறைகளை கடைபிடிப்பதற்கு இணக்கமாகச் செயல்படும் ஒவ்வொரு சமூகமும் வலியுறுத்துகிறது. ஒரு உறுத்தலான அல்லது ஏற்றுக்கொள்ள முடியாத மனநிலையோடு செயல்படும் போது, அது அந்த செயல்பாடுகளில் ஒரு வகையான விஷத்தை உமிழும். அதன் தாக்கம் உங்கள் அனைத்துச் செயல்பாடுகளையும் வீணடிக்கும். ஒரு வலிமையான அமிலம் அருமையான இரும்பை உரு தெரியாமல் ஆக்குவதைப் போல இந்த மனநிலை உங்கள் மகிழ்ச்சியைச் சிதறடிக்கும். இதற்கு மாறாக நீங்கள் ஒரு நம்பிக்கையான

வளமான வாழ்வைக் கட்டமைக்கும் எட்டு தூண்கள்

இசைவான மனநிலையில் செயல்படும் போது மற்றவர்கள் காரணம் அறியாமலே அதனால் ஈர்க்கப்படுவார்கள். ஏன் என்று தெரியாமலேயே உங்கள் மீது ஒரு நன்மதிப்பு அவர்கள் மனதில் உருவாகும். இதனால் உங்கள் அனைத்து செயல்பாடுகளிலும் ஒரு நேர்மறை தாக்கம் ஏற்படும். உங்களுக்கு நண்பர்களையும் வாய்ப்புகளையும் ஏற்படுத்தும். உங்கள் அனைத்துச் செயல்பாடுகளிலும் வெற்றிக்குத் துணைப் புரியும். உங்கள் பல குறைபாடுகளையும் கூட கவனத்துக்கு வராமல் அது விலக்கி வைக்கும்.

இவ்வாறு உலகிடம் நாம் எதை எந்த அளவிற்குக் கொடுக்கிறோமோ அதையே அதனிடம் பெறுகிறோம். தீயவற்றுக்குத் தீயவை, நல்லவற்றுக்கு நல்லவை. தவறான நடத்தைக்கு எதிர்மறையான ஈர்ப்பாற்றல் மற்றும் குறைபாடான வெற்றி. உயர்வான நடத்தைக்கு நீடித்த ஆற்றல் மற்றும் குவியும் சாதனைகள். நாம் செயல்பட உடனே அதற்கு உலகம் மறு செயல்புரிகின்றது. முட்டாள், தோல்வி அடையும்போது மற்றவர்கள் மீது பழி சுமத்துகிறான், தன் மீது எந்த குறையும் காண்பதில்லை. மெய்யறிவு மிக்கவன் கூர்ந்த கவனத்தோடு செயல்பட்டுத் தன் குறைகளைத் திருத்திக் கொள்கிறான். அதனால் வெற்றி குறித்து உறுதியோடு இருக்கின்றான்.

தொழிலில் ஆர்வம் கொள்வது மறுமலர்ச்சியையும் இன்னும் ஏராளமானவற்றையும் வழங்கும். தொழிலில் ஆர்வம் கொண்ட மனிதர்களே சமூகத்தில் மகிழ்ச்சியான உறுப்பினர்களாக இருக்கிறார்கள். அவர்கள் எப்போதும் செல்வந்தர்களாக இருக்கிறார்கள் என்று சொல்ல முடியாது, செல்வம் என்றால் ஏராளமான பணம் என்ற அடிப்படையில் கொள்ளும் போது. ஆனால், அவர்கள் எப்போதும் இதயம் லேசானவர்களாகவும், மகிழ்ச்சியானவர்களாகவும் இருக்கிறார்கள். தாங்கள் செய்வதில் திருப்தி அடைந்தவர்களாக இருக்கிறார்கள். தங்களிடம் உள்ளவற்றில் மன நிறைவடைந்தவர்களாக இருக்கிறார்கள். ஆகவே, அவர்கள் தான் மிகப்பெரும் செல்வந்தர்கள், செல்வம் என்றால் அருளாசி பெற்றவர்கள் என்ற அடிப்படையில். சுறுசுறுப்பானவர்களுக்கு மனம் புழுங்கவோ முணுமுணுக்கவோ நேரம் இருப்பதில்லை அல்லது தங்கள் பிரச்சனைகளையும் வலிகளையும் குறித்து அவர்கள் எப்போதும் அதிலேயே மூழ்கிக் கிடப்பது இல்லை. தொடர்ந்து பயன்படுத்தப்பட்ட பொருள் பளபளப்பாக இருக்கிறது. தொடர்ந்து பணியில் அமர்த்தப்படுவர்கள், தங்கள் உள்ள உவகையையும் முகமலர்ச்சியையும் தக்க வைத்துக் கொள்கிறார்கள். தொடர்ந்து பயன்படுத்தப்படாத பொருள் விரைவில் அதன் பயன்பாட்டை இழக்கும். நேரத்தை வீணாக்குபவன், ஒருவகையான

திருப்தியின்மையாலும், பல வகை கற்பனை எண்ணங்களால் அலைக்கழிக்கப்படுகிறான். நேரத்தை கடத்த வேண்டும் என்ற பேச்சு முட்டாள்தனத்தை ஏற்றுக் கொள்வதற்கு ஒப்பாகும். காரணம், நீர்க்குமிழி போன்ற இந்த வாழ்வில், அறிவு நிறைந்த நிறைந்துள்ள இந்த உலகில், அறிவுக் கூர்மை உடையவர்களும் நல்ல இதயம் உடையவர்களும் நாளின் ஒவ்வொரு நொடியையும் மகிழ்ச்சியாகவும் பயனுள்ளதாகவும் மாற்றுவார்கள், காலத்தை கடத்துவது என்ற பேச்சுக்கே இடமில்லாமல். அவர்கள் செய்யக்கூடியது எல்லாவற்றையும் செய்வதற்கு காலம் அவர்களுக்கு போதவில்லை.

தொழில் ஆர்வம், உடல் நலத்தையும் நல்வாழ்வையும் கூட பேணிக்காக்கிறது. சுறுசுறுப்பான மனிதன் ஒவ்வொரு நாள் இரவும் படுக்கைக்குக் களைப்புடன் செல்கிறான். அவனது ஓய்வு நேரம் இதமாகவும் இனிமையாகவும் இருக்கிறது. அவன் அதிகாலையில் புத்துணர்ச்சியுடன் வலிமையோடும் விழித்து எழுகிறான், இன்னொரு நாளின் செயல்பாடுகளை மகிழ்ச்சியோடு நிறைவேற்றுவதற்கு. அவன் பசித்து உண்கிறான். அவனது செரிமானம் சீராக இருக்கின்றது. பொழுதுபோக்கு விளையாட்டுகளில் அவனுக்கு ஒரு தனி ஆர்வம் இருக்கின்றது. செயல்பாடுகளில் ஊக்கம் இருக்கின்றது. அத்தகைய மனிதனுக்கு முணுமுணுப்பும்

மனக்கவலையும் எவ்வாறு ஏற்படும். இத்தகைய கீழான எண்ணங்கள் எல்லாம், குறைவாகச் செயல்பட்டு அளவுக்கு அதிகமாக உண்ணும் மனிதர்களைச் சுற்றியே திரியும். இந்த சமூகத்திற்காக பயன்படும் வகையில் செயல்படுபவர்கள் மீண்டும் அந்த சமூகத்திடமிருந்து தங்கள் பங்கிற்குரிய உடல் நலம், மகிழ்ச்சி மற்றும் வளமான வாழ்வை பெற்றுக் கொள்கிறார்கள். அன்றாட நடவடிக்கைகளில் அவர்கள் ஓர் ஆர்வத்தைக் கூட்டுகிறார்கள். இந்த உலகை இயங்கச் செய்கிறார்கள். அவர்கள் தான் நாட்டின் வளம், இந்த பூமியின் சுவை.

ஒரு பேராசான் கூறி இருக்கிறார் "மனமார்ந்த செயல்பாடு இறவாமைக்கான வழி மனமார்ந்து செயல்படுபவர்கள் இறப்பதில்லை. மனமார்ந்து செயல்படாதவர்கள் ஏற்கனவே இறந்தவர்கள் போல ஆவர்". ஒரு செயல்பாட்டில் முழு மனதையும் அர்ப்பணித்து செயல்படுவதே மனமார்ந்த செயல்பாடு ஆகும். நாம் எதைச் செய்கிறோமோ அதில் தான் நாம் வாழ்கிறோம். மனமார்ந்து செயல்படுபவர்கள் தங்கள் செயல்பாடுகளை முழு நிறைவோடு செய்யவில்லை என்றால் திருப்தி அடைவதில்லை. அவர்கள் திருப்தி அடையும் வரை சிறப்பாகச் செய்கிறார்கள். இந்த உலகில் கவனக்குறைவோடும் அரைமனதோடும் செயல்பட பலர் இருக்கிறார்கள்.

ஏனோ தானோவென்று செயல்பட்டுக் கூட அவர்கள் தங்களைக் குறித்து திருப்தி அடைகிறார்கள். அதனால் மனமார்ந்து செயல்படுபவனின் செயல்பாடுகள் அந்த அற்புதச் செயல்பாட்டால் தனித்தன்மையோடு ஒளிவீசுகின்றது. மனமார்ந்து செயல்படுபவர்களுக்கு அவர்கள் சேவைகளை பயன்படுத்திக்கொள்ள பல தர நிலைகளிலும் வேலை வாய்ப்புகள் ஏராளமாக இருக்கும். மனமார்ந்து செயல்படும் எவர் ஒருவரும் அவருக்கு தகுந்த ஒரு இடத்தை இதுவரை நிரப்பாமல் இருந்தது இல்லை. இனி இருக்கப் போவதும் இல்லை. சிலர் கூர்ந்து கவனத்துடன் மனச்சான்றுடன் மெனக்கெட்டு செயல்படுகிறார்கள். மிகச் சிறப்பாக செயலை நிறைவேற்றும் வரை அவர்கள் ஓய்வடைய மாட்டார்கள். இந்த முழு உலகும் சிறப்பானவற்றுக்கு பரிசு கொடுக்கக் காத்திருக்கிறது. அந்த முழு விலை - அது பணமோ, புகழோ, நண்பர்களோ, ஈர்ப்பாற்றலோ, மகிழ்ச்சியோ வாய்ப்போ அல்லது வாழ்வோ என எதுவாயினும் அதைத் தருவதற்குத் தயாராக இருக்கிறது. பொருளாலோ, அறிவுக் கூர்மையாலோ, அல்லது ஆன்மீகத் தன்மையாலோ, அந்த சிறந்த ஒன்றுக்குத் தருவதற்கு இந்த உலகம் தயாராக இருக்கிறது. நீங்கள் யாராக இருந்தாலும் சரி, கடைக்காரரோ அல்லது ஆன்மீக ஆசானோ, நீங்கள் சிறந்தவற்றை இந்த உலகுக்கு எந்தத் தயக்கமும் இல்லாமல்

தரலாம். முதல் உதாரணத்தில் உள்ளவராக நீங்கள் இருந்தால், உங்கள் மனமார்ந்த செயல்பாடு கடைச் சரக்குகளின் மீது பதிந்திருக்கிறது. வேறு வார்த்தைகளில் கூற வேண்டுமென்றால் உங்கள் வணிகம் செழிக்கும். இரண்டாவது உதாரணத்தில் உள்ளவராக நீங்கள் இருந்தால், உங்கள் கருத்துக்கள் நிலைப்பெறும்.

மனமார்ந்து செயல்படுபவர்கள் தங்கள் பணியிலும், குண இயல்பிலும் விரைவாக முன்னேறுகிறார்கள். அதனால் தான் அவர்கள் வாழ்கிறார்கள் (இறப்பதில்லை) என்று சொல்லப்படுகிறது. காரணம், முன்னேற்றம் இல்லாத தேக்க நிலையே இறப்பாகும். எங்கே தொடர் முன்னேற்றமும் சிறப்பான செயல்பாடும் நடைபெறுகிறதோ அங்கே, சுறுசுறுப்பான செயல்பாட்டால் தேக்க நிலையும் இறப்பும் விழுங்கப்படுகின்றன.

முதல் தூணின் உருவாக்கமும் கட்டுமானமும் இங்கே இதுவரை விளக்கப்பட்டுள்ளது. எவன் அதைச் சிறந்த முறையில் கட்டுகின்றானோ, உறுதியாகவும் நேராகவும் நிலைபெறச் செய்கின்றானோ அவன் வளமான வாழ்விற்கு துணை நிற்கும் ஒரு வலிமையான ஆற்றல் பெற்றிருக்கிறான்.

3. இரண்டாவது தூண் - பொருளாதாரம்

இயற்கை என்பது வெற்றிடம் என்பதை அறியாது என்று சொல்லப்படுகிறது. எதையும் வீணானது என்றும் அவள் கருதுவதில்லை. இயற்கையின் தெய்வீக பொருளாதாரத்தில் அனைத்தும் சேகரிக்கப்பட்டு நன்மையாக மாற்றப்படுகின்றன. உடல் கழிவுகள் கூட வேதியியல் மாற்றங்களுக்கு உள்ளாகி புதிய வடிவங்களாகப் பயன்படுத்தப்படுகின்றன. இயற்கை அனைத்து இழிநிலையான பொருட்களையும் அழிக்கிறது. அவற்றைப் புறக்கணித்து அல்ல. ஆனால் மாற்றங்களுக்கு உட்படுத்தி, அவற்றை இனிமையாக்கி, தூய்மைப்படுத்தி, அவற்றை அழகானவையாக பயன்பாடு மிக்கவையாக, நன்மையானவையாக மாற்றி செயல்பாடுகளுக்கு பயன்படும்படிச் செய்கிறது.

இயற்கை எங்கும் இன்றியமையாது காணப்படும் இந்தப் பொருளாதாரம் என்ற கோட்பாடு மனிதனிடம் ஒரு அறநெறி தன்மையாகக் காணப்படுகிறது. இந்த தன்மையின் வாயிலாகவே அவன் தன் ஆற்றல்களைக் காப்பாற்றிக் கொள்கிறான். செயல்பாடுகளின் திட்ட அமைப்பில் தன்னை ஒரு அங்கமாக நிலைநிறுத்திக் கொள்கிறான்.

நிதி சார்ந்த பொருளாதாரம் என்பது இந்த கோட்பாட்டின் ஒரு சிறு பகுதியே ஆகும். மனதளவில் செயல்படுகின்ற, பின்பு ஆன்மீக அளவில் மாற்றம் பெறுகின்ற இந்த பொருளாதாரத்தின் புறக்குறியீடு என்றும் சொல்லலாம். நிதியியல் பொருளாதார வல்லுநர், செம்பை பரிமாறி வெள்ளியாகக் கொள்கிறார், வெள்ளியைத் தந்து தங்கமாக, தங்கத்தை அளித்து நாணய தாள்களாக, நாணய தாள்களைத் தந்து தன் வங்கி கணக்கில் எண்களாக மாற்றிக் கொள்கிறார். தன் பணத்தை இவ்வாறு விரைந்து செலவு செய்யக்கூடிய வகையில் மாற்றிக் கொள்வதால் தனது நிதி நிர்வாகத்தில் அவர் வெற்றி பெறுகிறார். ஆன்மிக பொருளாதார வல்லுநர், வெறியுணர்வுகளைப் புத்திசாலித்தனமாக, புத்திசாலித்தனத்தைக் கோட்பாடுகளாக, கோட்பாடுகளை மெய்யறிவாக, மெய்யறிவைச்

செயல்பாடுகளில் வெளிப்படுத்தி, அவை குறைவாகவே இருந்தாலும், அவற்றின் தாக்கம் அதிகம். இவ்வகையான மாற்றங்களால் அவன் தன் குண இயல்பை வளர்த்துக் கொண்டு தன் வாழ்வை நிர்வகிப்பதில் வெற்றிப் பெறுகிறான்.

புறப்பொருட்கள் அடிப்படையிலோ அல்லது மன அடிப்படையிலோ, வீணடிப்பது மற்றும் தேவைக்கும் அதிகமாகச் சேர்த்து வைத்தல் என இரண்டுக்கும் இடையிலான நடுவழியை கடைப்பிடிப்பதே உண்மையான பொருளாதாரமாகும். வீணாக்கப்பட்ட பணமோ அல்லது மன ஆற்றலோ, அதற்கு எந்தச் சக்தியுமில்லை. சுயநலமாகப் பதுக்கி வைக்கப்படும், தேக்கி வைக்கப்படுவதற்கும், அதே நிலை தான். ஆற்றலைப் பெறுவதற்கு, பொருள் அளவிலோ அல்லது மன அளவிலோ, அவை ஒருமுகமாகக் குவிக்கப்பட வேண்டும். ஆனால், அவ்வாறு குவிக்கப்படுதலை உண்மையான பயன்பாடு தொடர வேண்டும். பணத்தையோ அல்லது ஆற்றலையோ குவிப்பது என்பது ஒரு கருவி மட்டுமே. பயன்பாடே அதன் இலக்கு. பயன்பாடு மிக்கதே ஆற்றலை உருவாக்கும்.

முழுமையான பொருளாதாரம் எதில் அடங்கியிருக்கிறது என்றால் கீழ் காணப்படும் ஏழு விடயங்களைப் பெறுவதில், நடுவழியை

பின்பற்றுவதில்:- அவை பணம், உணவு, உடை, பொழுதுபோக்கு, ஓய்வு, நேரம் மற்றும் ஆற்றல்.

பணம் என்பது பரிமாற்றத்திற்கான ஒரு குறியீடு. அது வாங்கும் ஆற்றலைக் குறிக்கிறது. நிதி அடிப்படையில் வளமாக ஆர்வம் கொண்டிருப்பவனும் சரி, கடன் இல்லாமல் வாழ விரும்புவனும் சரி, தன் வருமானத்திற்குள் தன் செலவுகளை எவ்வாறு அடக்க வேண்டும் என்று அறிந்திருக்க வேண்டும். பயன்பாட்டு முதலீட்டிற்கு தேவைப்படும் தொகையை அவன் சேமித்திருக்க வேண்டும் அல்லது எந்த ஒரு நெருக்கடி நிலையையாவது எதிர்கொள்வதற்கு வேண்டிய தொகையை அவன் சேமித்திருக்க வேண்டும். தேவையற்ற கேளிக்கைகள் அல்லது தீங்கான ஆடம்பரங்கள் ஆகியவற்றில் செலவாகும் பணம் என்பது வீணாக்கப்பட்ட பணம், அழிக்கப்பட்ட ஆற்றல்.

ஒரு நியாயமான, நேர்மையான கொள்முதல், அளவில் சிறிய எல்லைக்கு உட்பட்டு இருந்தாலும் அது ஒரு ஆற்றலாக, அதுவும் அன்றாட வாழ்வில் செயல்படும் ஓர் ஆற்றலாக நுழைகிறது. வீண் செலவு செய்து கொண்டிருப்பவன் பணக்காரனாக முடியாது. அவன் ஏற்கெனவே பணக்காரனாக இருந்தால், விரைவில் ஏழையாக மாற நேரிடும். கருமி, தான் தேக்கி வைத்துள்ள அனைத்து தங்கங்களாலும் பணக்காரன் என்று சொல்லப்பட

முடியாது. காரணம், அவன் மேலும் வேண்டும் என்று தவிக்கிறான். பூட்டி கிடக்கும் அவனது தங்கத்திற்கு கொள்முதல் செய்வதற்கான ஆற்றல் கிடையாது. பணத்தை வீணாக்காமல் உருப்படியாகச் செலவு செய்பவர்கள், பணக்காரர் ஆவதற்கான வழியில் நடைப்போடுகிறார்கள். காரணம், அவர்கள் புத்திசாலித்தனமாகச் செலவு செய்கிறார்கள். கவனமாகச் சேமிக்கிறார்கள். அவர்களது செல்வம் அனுமதிக்கும் அளவு தங்கள் வட்டத்தை படிப்படியாகப் பெரிதாக்குகிறார்கள்.

பணக்காரனாக விரும்பும் ஏழை மனிதன் அடிமட்டத்திலிருந்தே தொடங்க வேண்டும். அவன் சக்திக்கு அப்பாற்பட்டு (அவன் செல்வம் அனுமதிக்கும் அளவு கடந்து) வேறு ஒருவனாகத் தோற்றமளிக்க முயலக் கூடாது. அடி மட்டத்தில் நிறைய வாய்ப்புகளும் இடமும் எப்போதும் இருக்கின்றன. அதற்கு கீழ் எதுவும் இல்லை, அனைத்துமே மேலே தான் இருக்கின்றன என்பதால் தொடங்குவதற்கு அது ஒரு பாதுகாப்பான இடம் ஆகும். நிறைய இளம் வணிகர்கள், வீண் ஆடம்பர விளம்பரங்களால், அவற்றை வெற்றிக்குத் தேவையானவை என முட்டாள்தனமாக நினைத்துக் கொண்டு தங்களை மட்டுமே ஏமாற்றிக் கொண்டு விரைவாக தோல்வி பாதையில் சருக்குகிறார்கள். ஒரு தன்னடக்கமான உண்மையான தொடக்கம், அது எந்தத் துறையாக இருந்தாலும், வெற்றியை இன்னும் சிறப்பாக உறுதிப்படுத்தும், தனது

இருப்பை அதிகப்படியான விளம்பரங்களால் காட்டிக் கொள்வதை விட. முதலீடு எந்தளவு சிறியதாக இருக்கிறதோ செயல்பாட்டு தளம் அதைவிட சிறியதாக இருக்க வேண்டும். முதலீடு மற்றும் செயல்பாட்டு வாய்ப்பு என்பது கையும் கையுறை போல பொருந்தி இருக்க வேண்டும். உங்கள் முதலீட்டை அதன் செயல்பாட்டு வட்டத்திற்குள்ளேயே செயல்படும் வகையில் கவனம் செலுத்துங்கள். அது எவ்வளவு குறுகியதாக இருந்தாலும் அது தொடர்ந்து விரிவடைவதாகவே இருக்கும், அதற்கான ஆற்றல் சரியான திசையில் இருந்து வந்து கொண்டிருக்கும் வரை.

அனைத்துக்கும் மேல் இரண்டு எல்லைகளைத் தொடாமல் கவனமாக இருங்கள். அவை கருமித்தனம் மற்றும் ஊதாரித்தனம்.

உணவு என்பது உடல் மற்றும் மன வலிமைக்கு அடிப்படை. அது வாழ்வை, உயிரோட்டத்தைக் குறிக்கிறது. அனைத்திலும் இருப்பது போல் உணவு அருந்துவதிலும் ஒரு நடுவழி இருக்கின்றது. வளமான வாழ்வை அடைய எண்ணுபவன் நன்கு உண்ண வேண்டும், அதிகப்படியாக அல்ல. தன் உடலை பட்டினி போடுபவன் (கருமித்தனத்தாலோ அல்லது சடங்குகளாலோ) (அவை இரண்டும் பொய்யான பொருளாதார கொள்கை) தனது மன ஆற்றலை குறைத்துக் கொள்கிறான், ஒரு

வலிமையான சாதனையைப் படைக்க அவன் உடல் தயார் நிலையில் இல்லாமல் இருக்கிறது. அத்தகைய மனிதன் மனம் பலவீனமாக இருக்கும், அது தோல்விக்கு வழிவகுக்கும்.

அதிகமாக உணவின் மீது ஆசை கொள்பவனோ, தன்னை அந்த அதிகப்படியான உணவால் அழித்துக் கொள்கிறான். மிருகப் பசி கொண்ட அவனது உடல், விஷங்களைத் தேக்கி வைப்பதற்கான ஒரு தேக்கிடமாக மாறுகிறது. அவை நோய் மற்றும் உடல் நலக் குறைவை விரைந்து ஈர்க்கின்றன. அவனது மனமும் குழப்பமாகவும் மிருக வெறியுடனும் இருக்கிறது. அது முழு திறனில் செயல்படுவது இல்லை. அளவுக்கு அதிகமாக உண்பது ஒரு கீழ்நிலை குறைபாடு ஆகும். நடுவழியைப் பின்பற்றும் எவருக்கும் அது அருவெறுப்பைத் தரும்.

சிறந்த பணி செய்பவர்கள் மற்றும் வெற்றிகரமான மனிதர்கள் யார் என்றால் உணவு விடயத்தில் நடுநிலையைக் கடைபிடிப்பவர்களே. போதிய அளவு உணவு உட்கொள்வது, ஆனால், அளவுக்கு அதிகமாக எடுத்து கொள்ளாமல் இருப்பதால் அவர்கள் உடல் மற்றும் மன அளவில் தகுதியோடு விளங்குகிறார்கள். நடுநிலையைக் கடைபிடிப்பதால் வாழ்வின் போராட்டத்தை மகிழ்ச்சியோடும் துணிவோடும் எதிர்கொள்ளத் தயாராக இருக்கிறார்கள்.

உடை என்பது உடலை மூடவும் பாதுகாக்கவும் வடிவமைக்கப்பட்டது என்றாலும் இந்த பொருளாதார காரணத்திலிருந்து அது பெரும்பாலும் பின்வாங்கி வீண் ஆடம்பரத்தை வெளிப்படுத்துவதற்கான ஒரு பொருளாக ஆக்கப்பட்டு இருக்கிறது. இங்கு தவிர்க்கப்பட வேண்டிய இரு எல்லைகள் கவனக்குறைவு மற்றும் ஆடம்பரம். பண்பாட்டை புறக்கணிக்க முடியாது. புறக்கணிக்கவும் தேவையில்லை. சுத்தம் மிக முக்கியம். மோசமான உடை அணியும் ஆணோ அல்லது பெண்ணோ தோல்வியையும் தனிமையையும் உடன் வரவைத்துக் கொள்கிறார்கள். ஒருவனது உடை அவன் வாழும் ஊருடன் ஒத்துப் போக வேண்டும். அது நல்ல தரமாகவும் பொருத்தமாகவும் இருக்க வேண்டும். உடைகள் புதிதாக இருக்கும் போதே அவற்றைத் தூக்கி எறியக் கூடாது. அவற்றை நன்கு அணிந்து பயன்படுத்த வேண்டும். ஏழையாக இருக்கும் ஒருவன், எளிய வகையான ஆடையை கண்ணியமாக அணிந்து அவனது முழு உடலை சுத்தமாக வைத்திருந்தால் அவன் தன் சுயமரியாதையையோ அல்லது மற்றவர்களின் மதிப்பையையோ இழக்க மாட்டான். ஆனால், ஆடம்பர எண்ணங்கள், உடைகளில் அதிக ஆடம்பரத்தைக் கடைபிடிக்க இட்டுச் செல்லும். அது ஒரு குறையாகும். அறநெறியை விரும்புபவர்கள் அந்த குறையைத் தவிர்க்க

வேண்டும். எனக்கு ஒரு பெண்மணியைத் தெரியும். அவள் தன் அலமாரியில் நாற்பது உடைகளையாவது வைத்திருப்பாள். இன்னொரு நபர் இருபது வாக்கிங் ஸ்டிக்குகள், அதே அளவிற்கான தொப்பிகள் மற்றும் உயர்ந்த வகை காலணிகளை வைத்திருப்பார். இன்னொருவரோ இருபதோ அல்லது முப்பது ஜோடி காலணிகளை வைத்திருப்பார். இவ்வாறு தேவைக்கும் அதிகமான உடை உடுப்புகளாக தங்கள் பணத்தை வீணடிக்கும் பணக்காரர்கள், வறுமையை எதிர்கொள்கிறார்கள், காரணம், பணத்தை வீணாக்குகிறார்கள். ஒன்றை வீணாக்குவது அதன் தேவையை ஏற்படுத்தும். அவ்வாறு வீணாக்கப்பட்ட பணம் வேறு சிறந்த வகையில் பயன்படுத்தப்பட்டிருக்கலாம். காரணம், துன்பம் பரவி கிடக்கிறது. தர்மம், உயர்ந்த செயல்.

உடை மற்றும் அணிகலன்கள் விடயத்தில் வீண் ஆடம்பரத்தை வெளிப்படுத்துவது ஒரு வக்கிர மனதை மற்றும் வெறுமையான மனதைக் காட்டுகிறது. பண்பாட்டைக் கடைபிடிப்பவர்கள் கண்ணியமான உடை அணிகிறார்கள், தங்கள் உபரியான பணத்தை தங்கள் பண்பாடு மற்றும் அறநெறியை மேம்படுத்த பயன்படுத்துகிறார்கள். உடை, அணிகலங்களில் வீண் பகட்டை வெளிப்படுத்துவதை விட கல்வியும் முன்னேற்றமும் அவர்களுக்கு முக்கியமானது. இலக்கியம் கலை அறிவியல் இதனால் ஊக்குவிக்கப்படுகின்றன. மனம் மற்றும் நடத்தையில் தான் உண்மையான

மேன்மை இருக்கிறது. அறநெறி மற்றும் அறிவுக்கூர்மையால் அணி செய்யப்பட்ட மனம் தனது ஈர்ப்பாற்றலுக்கு வீண் பகட்டான ஆடை அணிகலன்களால் எதையும் கூட்டிக் கொண்டு விட முடியாது. (குறைவதற்கு வேண்டுமானால் வாய்ப்பு இருக்கிறது). உடலை தேவையில்லாமல் அலங்கரிப்பதில் செலவிடும் நேரத்தை வேறு பயனுள்ள செயல்களில் செலவிடலாம். உடைகளில் எளிமை, மற்ற அனைத்து விஷயங்களிலும் போல, சிறந்தது ஆகும். பயன்பாடு, வசதி, மற்றும் உடலசைவுகள் எளிதாக அவை வழி அமைக்கும், மேன்மையான பயன்பாட்டை அது பறைசாற்றும்.

பொழுதுபோக்கு என்பது வாழ்வின் தேவைகளில் ஒன்று. ஒவ்வொருவரும் தம் வாழ்வில் தமக்கு என்று ஒரு குறிக்கோளுடன் செயல்படுவதற்கு ஒரு குறிப்பிட்ட பணியோ அல்லது வேலையையோ செய்ய வேண்டும். அதற்கு போதிய அளவு நேரத்தை ஒதுக்க வேண்டும். தகுந்த கால இடைவெளியில் மட்டுமே பொழுதுபோக்கிற்காகவும் ஓய்வுக்காகவும் அவர்கள் அதிலிருந்து வெளிவர வேண்டும். பொழுதுபோக்கின் குறிக்கோள் என்பது உடல் மற்றும் மனம் புத்துணர்ச்சி அடைவதே ஆகும். அதனால் அவனது முக்கிய பணியில் அவன் மேலும் கவனம் செலுத்த முடியும். எனவே அது ஒரு வழித்தடமே தவிர, அது ஒரு சேரிடமோ இலக்கோ அல்ல. இதை எப்போதும் மனதில் கொள்ள வேண்டும். காரணம், பலருக்கு சில

வகையான பொழுதுபோக்குகள். அவை தம் அளவில் எந்த தீங்கும் அற்றவை என்றாலும் அதையே ஒரு இலக்காக எண்ணி தொடர்ந்து ஈடுபடுவதால் அவர்கள் தங்கள் கடமையைக் கைவிடும் நிலை ஏற்படும் ஆபத்து இருக்கிறது. வேறு எந்தக் குறிக்கோளும் இல்லாமல் வாழ்வை இடைவிடாத விளையாட்டுகளாலும் கேளிக்கைகளாலும் நிரப்புவது, வாழ்வை தலைகீழாக வாழ்வதற்கு ஒப்பாகும். அனைத்து ஆற்றல்களும் உறிஞ்சப்பட்டது போன்ற உணர்வையும் மாற்றமில்லாத ஒரே சலிப்பான வாழ்வையும் அது தரும். அவற்றில் தொடர்ந்து ஈடுபடுபவர்கள் மகிழ்ச்சியற்றவர்களாகவும் சோர்வு, சலிப்பு ஆகியவற்றால் துன்புறுபவர்களாகவும் இருப்பார்கள். இஞ்சிச்சாறு செரிமானத்திற்கு உதவும், ஆனால் அதை முழு உணவாகக் கொள்ள முடியாது. ஒருவன் தன் அன்றாட நாளின் கடமைகளைச் செய்த பின் அவன் தன் பொழுதுபோக்கை நாடலாம், லேசான இதயத்தோடும் பாரமற்ற மனதோடும். அவனது கடமை மற்றும் பொழுதுபோக்கு, இரண்டுமே அவனது மகிழ்ச்சிக்கான ஆதாரங்களாக இருக்கும். ஒருவன் தன் முழு நேரத்தையும் கடமை ஒன்றிற்காகவோ அல்லது பொழுதுபோக்கிலேயே செலவு செய்யாமல் அவற்றுக்கு உரிய காலத்திலும் இடத்திலும் நேரத்தை ஒதுக்க வேண்டும். அதுவே உண்மை பொருளாதாரமாகும். வாழ்வை

அவ்வபோது தேவையான மாற்றங்களால் நிரப்ப வேண்டும். அதுவே நீண்ட பயனுள்ள வாழ்வுக்கு அடிப்படை.

அனைத்து ஏற்றுக்கொள்ளக்கூடிய மாற்றங்களும் பொழுதுபோக்கு தான். மனதை பயன்படுத்திச் செயல்படுபவன் உரிய நேரத்தில் அந்த ஓய்விலும் பொழுதுபோக்கிலும் தன்னை ஈடுபடுத்திக் கொள்ளும் போது தன் பணியில் செயல்படும் விதத்திலும் அளவிலும் முன்னேற்றம் காண்பான். உடல் அடிப்படையாகக் கொண்டு செயல்படுபவர்கள் பொழுதுபோக்குக்காக ஏதோ ஒரு படிப்பையோ அல்லது கல்வியையோ மேற்கொள்வதால் தங்களை மேம்படுத்திக் கொள்ளலாம்.

நம்முடைய அனைத்து நேரத்தையும் நாம் சாப்பிட்டுக் கொண்டோ அல்லது தூக்கத்திலோ அல்லது ஓய்விலோ நாம் செலவு செய்வது இல்லை. அதை நாம் உடற்பயிற்சியிலோ அல்லது கேளிக்கை கொண்டாட்டங்களிலோ செலவு செய்யவும் கூடாது. ஆனால் பொழுதுபோக்கிற்கு அதற்குரிய இடத்தை வழங்க வேண்டும். நமது வாழ்வின் பொருளாதார அமைப்பில் அது ஊக்கத்தை வழங்கும் ஒரு (இனிப்பு மருந்தாகும்) டானிக் ஆகும். நாள் முழுவதும் வேலை செய்த பின் மீண்டும் அடுத்த நாள் வேலை செய்வதற்கு உடலையும் மனதையும் தயார்படுத்திக் கொள்வதே

ஓய்வு ஆகும். தனது ஓய்வு நேர தூக்கம் இனிமையாக இருக்க சுயமரியாதை உள்ள ஒவ்வொரு மனிதனும் அன்றைய நாளில் போதிய அளவு பணி செய்திருக்க வேண்டும். அப்போது தான் அவன் புத்துணர்ச்சியுடனும், பொலிவுடனும் விழித்து எழுவான்.

போதுமான உணவு, தூக்கம் பெற வேண்டும். மிக அதிகமாகத் தூங்கக் கூடாது. அது சுக போகம் ஆகும். உடலை வருத்திக் கொண்டு மிகக் குறைவாகவும் தூங்கக் கூடாது. இரண்டுமே தீங்கானவையாகும். ஒருவனுக்கு எந்த அளவு தூக்கம் தேவை என்று கண்டுபிடிப்பது ஒரு சுலபமான விடயமே ஆகும். இரவு படுக்கைக்குக் காலமே சென்று காலமே விழித்துக் கொள்ள வேண்டும். (படுக்கையில் நெடுநேரம் தூங்கிய பழக்கமிருந்தால் ஒவ்வொரு நாள் காலையும் சிறிது முன்னரே விழித்தெழ வேண்டும்). தான் முழுமையாகப் புத்துணர்வு பெற, எவ்வளவு நேரம் தூக்கம் தேவை என்பதை ஒருவன் சுலபமாகக் கணித்து விடலாம். தூக்க நேரம் குறைய குறைய தூக்கமானது மிக ஓய்வாகவும் இனிமையாகவும் இருக்கும். விழித்தெழுவதும் உற்சாகமாகவும் புத்துணர்வுடனும் இருக்கும். வளமான வாழ்வை விரும்புவர்கள் முறையற்ற சுகபோகத்தையும் அளவுக்கு அதிகமான தூக்கத்தையும் கைவிட வேண்டும். சுகபோகமல்ல, பயனுள்ள உழைப்பே வாழ்வின் உண்மையான இலக்கு. பணி

செயல்பாட்டிற்கு உதவும் வகையில் இருந்தால் மட்டுமே சுகபோகம் ஏற்றுக் கொள்ளக் கூடியது ஆகும். சோம்பேறித்தனமும் வளமான வாழ்வும் ஒருபோதும் ஒத்துப் போக முடியாது. சோம்பேறி, வெற்றியை எட்டிப் பிடிக்க மாட்டான். ஆனால் தோல்வி அவனை விரைவாக பிடித்து வீழ்த்தி விடும். ஓய்வு என்பது மேலும் உழைப்பதற்கு நம்மை தயார்படுத்த வேண்டுமே அன்றி நம்மை சுகபோகத்தில் ஆழ்த்தி விடக் கூடாது. உடல் புத்துணர்வு பெறும் போது ஓய்வின் பணி நிறைவுப் பெறுகிறது. உழைப்பு மற்றும் ஓய்வு ஆகியவற்றுக்கு இடையிலான ஒரு சரியான சமநிலையானது உடல்நலம், மகிழ்ச்சி மற்றும் வளமான வாழ்வு ஆகியவற்றுக்கு பெருமளவில் பங்களிக்கும்.

நேரம் என்பது நாம் அனைவரும் ஒரே அளவில் பெற்றிருக்கக் கூடிய ஒன்று. எந்த மனிதனுக்காகவும் ஒரு நாளின் நேர அளவு கூட்டப்படுவது இல்லை. அதன் விலைமதிப்பை உணராமல் அதன் மதிப்பு மிக்க நிமிடங்களை வீணடிக்கக் கூடாது என்பதில் நாம் கவனமாக இருக்க வேண்டும். தன் நேரத்தை எல்லாம் சுயமுனைப்பிலும் கேளிக்கைகளிலும் செலவிடுபவன், எதையும் சாதிக்காது காலம் கடத்துபவனாக உணர்வான். நிமிடங்கள் வரவர அவற்றைப் பயனுள்ள செயல்களில் செலவிடுபவன் மதிப்பும் மெய்யறிவும் அவன் கூடவே வளர்வதாக உணர்வான். வளமான வாழ்வு அவனோடு துணை

வரும். வீணாக்கப்பட்ட பணத்தை திரும்ப மீட்கலாம். இழந்த உடல் நலத்தைத் திரும்பப் பெறலாம். ஆனால் வீணடிக்கப்பட்ட நேரத்தை திரும்ப மீட்க முடியாது.

ஒரு பழைய சொல் வழக்கு "நேரம் என்பது பணம்" என்று கூறுகிறது. உடல் நலம், வலிமை, திறமை, அறிவுக்கூர்மை, மெய்யறிவு ஆகியவற்றை பயன்படுத்துவது போன்றே நேரத்தையும் பயன்படுத்துகிறோம். அதைச் சரியாக பயன்படுத்த வேண்டும் என்றால், நிமிடங்கள் வரும்போதே அவற்றை அடையாளம் கண்டு பயன்படுத்த வேண்டும். அவை கடந்து சென்று விட்டால் மீண்டும் அவற்றை அழைக்க முடியாது. ஒரு நாளைப் பகுதிகளாகப் பிரித்துக் கொள்ள வேண்டும். கடமை, கேளிக்கை, உணவு, பொழுதுபோக்கு என அனைத்துக்கும் அது அதற்கு உரிய நேரத்தைச் செலவிட வேண்டும். முன்னேற்பாடு செய்யப்படும் நேரத்திற்கு உரிய முக்கியத்துவத்தை வழங்க வேண்டும். அதை மேலோட்டமாக கவனிப்பதோ அல்லது புறக்கணிப்பதோ கூடாது. ஒரு மனிதன் எதை செய்கிறான் என்றாலும் சரி, அவனது அந்தக் கடமையைச் சரியாகச் செய்ய, அந்த நாளில் ஒரு சிறிய பகுதியை ஒதுக்கி தன் மனதை தயார்படுத்திக் கொள்பவேனே அந்தக் கடமையை சிறப்பாகவும் வெற்றிகரமாகவும் செய்வான். திட்டமிடவும் சிந்திக்கவும் தூக்கம் களைந்து காலமே

எழுந்திருக்கும் ஒருவன், நிலைமையை எடைபோட்டு கணிப்பவன், தனது குறிப்பிட்டச் செயலில், தனது திறமையைப் வெளிப்படுத்துவான், படுக்கையில் கடைசி நொடி வரை படுத்திருந்து உணவு அருந்தும் நேரம் முன் எழுந்திருப்பவனை விட. காலை உணவுக்கு முன்பு, ஒரு மணி நேரம் செய்ய வேண்டிய பணிகள் குறித்து நேரத்தைச் செலவிடுவது மிகுந்த பயனைத் தரும். மனதை சாந்தப்படுத்தவும் தெளிவுபடுத்தவும் அது ஒரு வழியாகும். தனது ஆற்றல்களைக் கவன குவிப்போடும் திறமையாகவும் பயனுள்ள வகையில் செலுத்துவது ஆகும். காலை எட்டு மணிக்கு முன்பு மேற்கொள்ளப்படும் முடிவுகள் தான் சிறந்த வெற்றியைத் தருகின்றன. காலையில் எட்டு மணி வரை படுக்கையில் தூங்கிக் கிடப்பவனை விட காலை ஆறு மணிக்கே வேலை குறித்து சிந்திப்பவன், மற்ற சூழல்கள் எல்லாம் அவ்விருவருக்கும் சரிசமமாக இருக்கும்போது, முன்னரே எழுந்தவன் பல மடங்கு மற்றவனை விட முன்னேறியிருப்பான். படுக்கையில் விழுந்து கிடப்பவன் இந்த வாழ்க்கை ஓட்டத்தில் தன்னை பின்னுக்கு இழுத்துக் கொள்கிறான். அதிகாலையில் எழுந்திருப்பவனுக்கு இரண்டு அல்லது மூன்று மணி நேரம் முன்னேறிச் செல்ல ஒவ்வொரு நாளும் இடம் வழங்குகிறான். தனது செயல்பாட்டு நேரத்தில் பெரும் பின்னடைவை விதித்துக் கொண்டுள்ள அவன், எவ்வாறு வெற்றிப் பெற முடியும்? ஒரு

நாளுக்கு இரண்டு மூன்று மணி நேரம் இழப்பு என்றால் அது ஆண்டு முடிவில் விளைவை எந்த அளவு பாதிக்கும். இருபது ஆண்டுகள் இதே நடைமுறையை கடைபிடிக்கும் இரு நபர்களுக்கு உள்ள வேறுபாடு எந்த அளவிற்கு இருக்கும். படுக்கையில் நெடு நேரம் தூங்கிக் கிடப்பவன் தான் இழந்த நேரத்தை மீட்க தன் வேலையில் அவசரப்படுவான். அது மேலும் நேர இழப்பை உண்டாக்கும். அதிகாலை எழுபவன் நேரத்தை நன்கு பயன்படுத்தும் பழக்கம் கொண்டவனாக உள்ளதால் அவனுக்கு வேலையில் அவசரம் காட்ட எந்தத் தேவையும் இல்லை. தன் வேலையை குறிப்பிட்ட நேரத்துக்குள் முறையாகச் செய்கிறான். அவன் தன்னிடமிருக்கும் எந்த வேலையையும் கவனமாகப் பொறுப்புடன் ஆராய்ந்து நிதானமாகச் செய்ய திறன் பெறுகிறான். நாளடைவில் அவனது நல்ல பழக்கம் ஒரு நல்ல மனநிலையை கைக்கொள்ள வழி அமைக்கிறது. பணிகள் வெற்றிகரமாகவும் திறனுடனும் நிறைவேற்றப்படுகின்றன.

நேரத்தை பயனுள்ளதாக்கும் செயற்பாட்டில், ஒருவன் தன் வாழ்வில் அங்கமாக உள்ள பல விஷயங்களையும் கைவிட வேண்டி இருக்கும். தான் அனுபவிக்க விரும்பும் ஆசைகள் மற்றும் செயல்களை விட, தன் வாழ்வின் முக்கிய குறிக்கோளுக்காக, ஒருவனது அன்றாட வாழ்விலிருந்து அவசியமில்லாத செயல்களையும்

சே.அருணாசலம்

பழக்கங்களையும் ஆராய்ந்து நீக்குவது என்பது சாதிப்பதற்கு ஓர் இன்றியமையாத அம்சமாகும். பொருளாதாரத்தின் இந்தத் துறையில் அனைத்து பெரு மனிதர்களும் சிறந்து விளங்குவார்கள். அவர்கள் அவ்வாறு பெருமனிதர்கள் ஆக அது ஒரு முக்கிய பங்கு வகிக்கிறது. மனம், செயல், பேச்சு என அனைத்திலும் தேவையில்லாதவைகள் ஊடுருவுவதைத் தடுத்து குறிக்கோளை எட்ட உதவுகிறது. முட்டாள் மற்றும் தோல்வியாளர்கள் குறிக்கோளின்றி கவனமின்றி பேசுகிறார்கள், செயல்படுகிறார்கள். நல்லவை, கெட்டவை என அனைத்தையும் ஆராயாமல் தங்கள் மனதில் அனுமதிக்கிறார்கள்.

ஒரு உண்மையான பொருளாதார வல்லுனன் தன் வாழ்வுக்கு பயனுள்ளதைத் தவிர வேறு அனைத்தையும் தன் மனதில் புகாமல் தடுத்து விடுவான். தேவையான சொற்களை மட்டுமே பேசுவான். தேவையான செயல்களை மட்டுமே செய்வான். இவ்வாறு ஆற்றல் வீணாவதையும் உரசல்களை ஏற்படுத்துவதையும் தவிர்ப்பான்.

நேரத்தில் படுக்கைக்கு செல்லுங்கள். நேரத்தில் படுக்கையிலிருந்து எழுங்கள். ஒவ்வொரு பணி நிமிடத்தையும் உரிய சிந்தனையோடும் செயலோடும் பயனுடையதாக்குங்கள். இது தான் நேர பயன்பாட்டின் உண்மையான பொருளாதாரம்.

நல்ல பழக்கங்களை வளர்த்துக் கொள்வதால் ஆற்றல் முறைபடுத்தப்படுகிறது. அனைத்து தவறான பழக்கங்களும் ஆற்றல் வீணாவதற்கான வழித்தடங்களே. கெட்ட பழக்கங்களால் கவனமின்றி அதிகமான ஆற்றல் வீணாக்கப்படுகிறது. அதை கட்டுப்படுத்தி சரியான திசையில் பயன்படுத்தியிருந்தால் பெரும் சாதனை செய்வதற்கு அது போதுமானதாக இருந்திருக்கும். ஏற்கெனவே குறிப்பிடப்பட்ட பொருளாதாரத்தின் ஆறு அம்சங்கள் முறையாக கடைபிடிக்கும் வேளையில் ஆற்றல் சேகரிக்கப்படுவதற்கு உரிய செயல்கள் நடைமுறையில் இருக்கும். ஆனால் அவை மட்டும் போதாது. ஒருவன் இன்னும் நெடுதூரம் செல்ல வேண்டும். உடல் அடிப்படையான தன் நுகர்வுகள் தீய பழக்கங்களிலிருந்து விடுபடுவதோடு மனதின் குறைபாடுகளான அவசரம், கவலை, ஆர்ப்பரிப்பு, மன அழுத்தம், கோபம், குற்றம் கூறுதல் மற்றும் பொறாமை ஆகியவற்றிலிருந்து விடுபட வேண்டும். குறிப்பிடத்தக்க எந்தச் சாதனையையும் செய்ய முடியாமல் மனதின் ஆற்றல்களை இவை உறிஞ்சி எடுக்கின்றன. மனதை எந்த முக்கிய வேலைக்கும் தகுதியற்றதாக மாற்றுகின்றன. இவை எல்லாம் மனதின் ஆற்றல் வீணாவதற்கான பொதுவான வழித்தடங்கள். வலிமையான குண இயல்பை வளர்த்துக் கொள்ள விரும்புபவன் இவற்றைத்

தவிர்க்கவும் இவற்றிலிருந்து மீளவும் கற்றுக் கொள்ள வேண்டும். அடிக்கடி ஏற்படும் தவறான மனநிலைகளால் வீணாகும் ஆற்றல் கட்டுப்படுத்தப்பட்டு முறையாக செலுத்தப்படுமானால் அது ஒருவனுக்கு மன வலிமை, குண இயல்பில் உறுதி மற்றும் சாதிப்பதற்கு தேவையான பல ஆற்றல்களைத் தரும். வலிமையான மனிதன் தன் கோபத்தால் மன ஆற்றல்களை வீணாக்கி பலவீனமானவன் ஆகிறான். தன் ஆற்றலை வெளிப்படுத்த அவன் சுய கட்டுப்பாட்டை கடைப்பிடிக்க வேண்டும். சாந்தமான மனிதன் வாழ்வின் அனைத்து துறைகளிலும் மேம்பட்டவனாக இருக்கிறான். வெற்றியிலும் சரி மற்றவர்களது மதிப்பீட்டிலும் சரி, கோபக்காரனை விட சில படி முன்னேறியிருப்பான். தன் கெட்ட பழக்கங்களையும் இழிநிலை தூண்டுதல்களையும் வளர்த்தவாறே எந்த மனிதனாலும் தன் ஆற்றலை முறையே வெளிப்படுத்த முடியாது. எல்லா வகையான குறையும், எவ்வளவு சிறியதாக இருந்தாலும் சரி, வாழ்வு போராட்டத்தில் அவனுக்கு எதிராகச் செயல்படும். ஒவ்வொரு தீங்கான தன்னுகர்வும் ஏதோ ஒரு வகையான குழப்பமாகவோ அல்லது பலவீனமாகவோ அவனிடம் திரும்ப வரும். தன் இழிநிலை தூண்டுதல்களால் அழைத்துச் செல்லப்படும் ஒவ்வொரு நொடியாலும் அவனது முன்னேற்றம் இன்னும் கடினமாகும். அவன் சாதிக்க

விரும்பும் சாதனையை அடைய விடாமல் தடுக்கும். தனது ஆற்றல்களை எல்லாம் முறைப்படுத்தி செயல்படுத்துபவன் எவனோ, அவற்றை தன் வாழ்வின் முக்கியக் குறிக்கோளின் திசையில் செலுத்துபவன் எவனோ, அவன் பொன்னான வெற்றி நகரை நோக்கி வேகமாக முன்னேறுவான். எதுவும் அவன் அதை அடைவதைத் தடுத்து நிறுத்த முடியாது.

பொருளாதாரம் என்பது பணத்தை வெறுமையாக சேமிப்பதைக் காட்டிலும் பல மடங்கு உயர்வானது என்று தெரிகிறது. நமது இயல்பின் ஒவ்வொரு தன்மையையும், வாழ்வின் ஒவ்வொரு பாகத்தையும் அது தொடுகிறது. "சில்லறை நாணயங்களை பார்த்துக் கொள்ளுங்கள். நாணயத்தாள்கள் தம்மைத் தாமே பார்த்துக் கொள்ளும்" என்று பழைய பழமொழியை ஒரு உருவகமாகவே கொள்ள வேண்டும். கீழ் நிலையில் உள்ள இயற்கையான ஆற்றல்கள் முறைகேடாக பயன்படுத்தப்படுவது தான் தவறாகும். இந்த ஆற்றல் சேகரிக்கப்பட்டு நன்மையாக மாற்றப்பட்டால் வலிமையான குணயியல்பாக வெளிப்படும். இந்த ஆற்றலை வீணாக்குவது சில்லறை நாணயங்களை வீணாக்குவது போன்றதாகும். இதனால் நாம் நாணயத் தாள்களையும் இழக்கிறோம். ஆனால் அந்த ஆற்றலை பாதுகாப்பது சில்லறை நாணயங்களை பாதுகாத்து மதிப்பு மிக்க நாணயத் தாள்களையும்

பாதுகாப்பதற்கு ஒப்பாகும். கீழ் நிலை ஆற்றல்களை நன்கு கவனித்துச் செயல்படுங்கள். உயர் சாதனைகள் தம்மை தாமே நிகழ்த்திக் கொள்ளும்.

பொருளாதாரப் பயன்பாட்டு முறைமை என்ற தூண் வலிமையாகக் கட்டப்பட்டிருக்கும் போது கீழ்காணும் நான்கு தன்மைகளால் உண்டானதாக இருக்கும்.

1. நடு நிலைமை அல்லது மிதவாதம்

2. செயல் திறன்

3. ஆதார வளம்

4. தன்னியல்பு

பொருளாதாரத்தின் வலிமையான கூறு நடுநிலைமை ஆகும். அது அனைத்திலும் தீவிரமான எல்லைகளைத் தவிர்த்து நடுவழியைக் காண்கிறது. தேவையற்றதிலிருந்தும் தீங்கானதிலிருந்தும் விலகி இருப்பது இதில் அடங்கும். தீங்கானது என்று ஒன்றைக் கொள்ளும்போது அதில் மிதமான அளவு என்ற பேச்சுக்கே இடமில்லை. தீங்கை விலக்குவது உண்மையான நடுநிலைமை. நெருப்பை கையில் பிடித்து மிதமாக பயன்படுத்துதல் என்று சொல்ல முடியாது. ஆனால் பாதுகாப்பான தூரத்தில் நின்று குளிர் காயலாம். ஒருவன் நெருப்பைத் தொட்டால்,

அது அவனைச் சுடும் தீங்காகும். ஒரு தீங்கான ஆடம்பரத்தை விலக்கி வைப்பதே மேல். புகைப்பிடித்தல், புகையிலை போடுதல், மது அருந்துதல், சூதாட்டம் இன்னும் பல தீய பழக்கங்கள், ஆயிரக்கணக்கான நபர்களை உடல் நலக்குறைவு, துக்கம், தோல்வி ஆகியவற்றுக்கு இட்டுச் சென்று இருக்கின்றன. ஆனால் உடல்நலம், மகிழ்ச்சி, வெற்றி ஆகியவற்றுக்கு ஒருவரையும் இட்டுச் செல்லவில்லை. அவற்றைப் பயன்படுத்துபவனை விட அவற்றைத் தவிர்ப்பவன், மற்ற சூழல்கள் சரிசமமாக இருக்கும்போது, எப்போதும் முன்னேறி இருப்பான். உடல் நலத்தோடு மகிழ்ச்சியாக நெடுநாள் வாழக்கூடியவர்கள் எப்போதும் மிதமான பழக்கங்களைக் கொண்டவர்களாக இருப்பார்கள். மிதமானத் தன்மையால் வாழ்வின் ஆற்றல்கள் பாதுகாக்கப்படுகின்றன. எல்லைகளைத் தொடுவதால் அவை அழிக்கப்படுகின்றன. தங்கள் எண்ணங்களிலும் மிதவாதத்தைக் கடைபிடிப்பவர்கள், தங்கள் உணர்வுகள் மற்றும் ஆசைகளில் அனைத்து முறையற்ற எல்லைகளைத் தவிர்ப்பவர்கள், இழிநிலை இச்சைகள் மற்றும் தூண்டுதல்களைத் தவிர்ப்பவர்கள், தங்களது மகிழ்ச்சி மற்றும் உடல் நலத்திற்கு மெய்யறிவைச் சேர்க்கிறார்கள். மிதவாதத்தைக் கடைபிடிக்காதவர்கள் தங்கள் முட்டாள்தனத்தால் தங்களை அழித்துக் கொள்கிறார்கள். தங்கள்

ஆற்றல்களைப் பலவீனமாக்கி தங்கள் செயல் திறனை முடக்குகிறார்கள். நிலையான வெற்றியை அடைவதற்கு பதிலாக, அதிகபட்சமாக, ஒரு சராசரிக்கு குறைவான வாழ்வை அடைகிறார்கள்.

ஆற்றல்களையும் திறன்களையும் முறையாகப் பாதுகாப்பதிலிருந்து செயல்திறன் மேல் எழுகிறது. ஒருமுகப்படுத்தப்பட்ட ஆற்றலின் பயன்பாடே தொழில்திறன் ஆகும். உயர்வான தொழில்திறன் என்பது திறமை மற்றும் மேதைத் தன்மையைப் போல ஒருமுகப்படுத்தப்பட்ட ஆற்றலே. தாங்கள் விரும்பும் ஒன்றைச் செய்வதில் மனிதர்கள் எப்போதுமே மிகுந்த திறனுடன் இருக்கிறார்கள். காரணம், மனம் அதில் இடைவிடாமல் ஒன்றியிருக்கிறது. எண்ணங்களைக் கண்டுபிடிப்பாகவும் செயலாகவும் மாற்றும் மனதின் பொருளாதார செயல்பாட்டின் விளைவே தொழில்திறன் ஆகும். தொழில்திறன் இல்லாமல் வளமான வாழ்வு கிடையாது. ஒருவனது தொழில்திறனுக்கு ஏற்பவே அவனது வளமும் இருக்கும். ஒரு இயற்கையான தேர்வு முறையின் வாயிலாக செயல்திறன் அற்றவர்கள் தங்களுக்கு உரிய இடத்தில் கீழே விழுகிறார்கள். தன்னுடைய வேலையை ஒழுங்காக செய்யாதவனை யார் பணியில் அமர்த்திக் கொள்ள விரும்புவார்கள்? அப்படிப்பட்ட ஒருவனை, எப்போதாவது ஏதோ ஒரு முதலாளி இரக்கப்பட்டு விதிவிலக்காக அமர்த்திக் கொள்ளலாம். வணிக நிறுவனங்கள்,

அலுவலகங்கள், வீடுகள் மற்றும் அனைத்து முறைப்படுத்தப்பட்ட செயல்பாடுகள் நடக்கும் இடங்கள் தர்ம சத்திரங்கள் அல்ல, அவை தொழிற்கூடங்கள். தங்கள் உறுப்பினர்களின் செயல்திறன் அளவால் அவை நிலை பெறுகின்றன அல்லது விழுகின்றன.

கவனம் செலுத்துதலாலும் கவனகுவிப்பாலும் தொழில்திறன் அடையப்படுகிறது. குறிக்கோளற்றவர்களும் கவனகுறைவானவர்களும் பொதுவாக வேலையின்றி இருக்கிறார்கள், தெருமுனையில் நின்று வேடிக்கை பார்த்தபடி. மிகச் சுலபமான செயலையும் அவர்களால் முறையாகச் செய்ய முடியாது. காரணம், அவர்கள் மனதை கொண்டு கவனம் செலுத்த மாட்டார்கள். சமீபத்தில் எனக்கு தெரிந்த நண்பர் ஒருவர் தனது ஜன்னல்களைத் துடைப்பதற்காக ஒருவரை பணியில் அமர்த்திக் கொண்டார். ஆனால் அந்த நபர் வேலையைச் செய்யாமல் வேலையை தவிர்ப்பவர். கவனம் செலுத்தாதவர். அதனால் அவர் ஒரு ஜன்னலை கூட துடைக்க முடியாமல் தகுதி இழந்தவரானார். அதை எப்படி செய்ய வேண்டும் என்று காட்டியும் கூட, அந்த எளிய வழிமுறைகளையும் பின்பற்ற முடியாத நிலையில் இருந்தார். ஒரு சாதாரண செயலை செய்வதற்கும் ஓர் அளவு செயல்திறன் தேவைப்படுகிறது என்பதற்கு இது ஓர் உதாரணமாகும். செயல்திறன் தான் ஒரு மனிதனின் இடத்தை அவனது சக

மனிதர்களிடையே நிர்ணயிக்கின்றது. அது வளர வளர அவனை உயர்நிலைக்கு அழைத்துச் செல்கின்றது. ஒரு நல்ல தொழிலாளி தனது கருவிகளைக் கொண்டு திறம்பட செயல்புரிவான். ஒரு நல்ல மனிதன் தனது எண்ணங்களைக் கொண்டு திறம்பட செயல்புரிவான். மிக உயர்ந்த செயல்திறன் என்பது மெய்யறிவாகும். எந்த ஒன்றையும், அது மிகச்சிறிய விஷயம் என்றாலும் சரி, அதை சரியாகச் செய்வதற்கு ஒரு வழி இருக்கிறது. தவறாகச் செய்வதற்கு ஆயிரம் வழி இருக்கிறது. அந்த ஒரு வழியைக் கண்டுபிடித்து அதை கடைப்பிடிப்பதே செயல்திறனாகும். செயல்திறன் அற்றவர்கள் ஆயிரம் தவறான வழிகளால் தங்களைக் குழப்பிக் கொள்கிறார்கள், சரியான வழி சுட்டிக்காட்டப்படும் போதும் அதை அவர்கள் பின்பற்றுவது இல்லை. அவர்கள் தங்களுக்கு எல்லாம் தெரியும் என்று நினைத்து தாங்கள் ஏதும் கற்பதற்கு சாத்தியமில்லாத நிலையை தங்களுடைய அறியாமையால் உருவாக்கிக் கொள்கிறார்கள். அது ஜன்னலைத் துடைப்பது அல்லது தரையைக் கூட்டுவது என்ற எளிய செயலாகவே இருந்தாலும். கவனக்குறைவும் செயல்திறன் இன்மையும் மிகப் பொதுவாக காணப்படுகின்றன. எனவே கவனமுடன், செயல்திறனுடன் பணிபுரிபவர்களுக்கு இந்த உலகில் நிறைய வாய்ப்பிருக்கிறது. தொழிலாளர்களைப் பணியில் அமர்த்துபவர்களுக்கு

தெரியும் சிறந்த தொழில்திறன் எவ்வளவு அரிதானது என்று. கருவியைக் கொண்டோ அல்லது அறிவைக் கொண்டோ, பேச்சினாலோ அல்லது எண்ணத்தாலோ செயல்படும் எந்த ஒரு சிறந்த தொழில்திறன் கொண்டவனும் தன் திறன் வெளிப்படுத்துவதற்கான இடத்தை இந்த உலகில் காண்பான்.

ஆதாரவளம் என்பது செயல்திறனின் விளைவு ஆகும். வளமான வாழ்வின் முக்கிய கூறு அது. காரணம், ஆதாரவளம் கொண்ட மனிதன் முடிவெடுக்க முடியாத குழப்பத்தில் ஒருபோதும் சிக்குவது இல்லை. அவன் கீழே விழக்கூடும். ஆனால், சூழ்நிலைக்குத் தக்கபடி தன்னை உடனடியாக மீண்டும் நிலை நிறுத்திக் கொள்வான். ஆதாரவளத்தின் அடிப்படை, ஆற்றலைச் சேகரிப்பதில் அடங்கியுள்ளது. ஆதாரவளம் என்பது, கீழ்நிலையிலிருந்து மேல் நிலைக்கு மாற்றப்பட்ட ஆற்றலை, உடல் மற்றும் மனதை சில வகை தீய உணர்வுகளிலிருந்து விலக்கும் போது, இது வரை வீணாகி கொண்டிருந்த ஆற்றல் சேகரிக்கப்படுவதை குறிக்கிறது. சேமிக்கப்படும் ஆற்றல் என்ன ஆகிறது? அது அழிந்தோ அல்லது தொலைந்தோ போவது இல்லை. காரணம், ஆற்றலை அழிக்கவோ அல்லது தொலைக்கவோ முடியாது. அது படைப்பாற்றலாக மாறுகிறது. நன்மை விளைவிக்கும் எண்ணமாக அது மீண்டும் வடிவெடுக்கிறது. அறநெறியில் வாழும் மனிதன்

சே. அருணாசலம்

தீநெறியில் வாழும் மனிதனை விட எப்போதும் வெற்றிகரமானவனாக இருக்கிறான். காரணம், அவன் ஆதாரவளங்களோடு எப்போதும் கைகோர்த்து இருக்கிறான். அவனது மனம் எப்போதும் உயிரோட்டத்துடன், ஆற்றலுடன் காணப்படுகிறது. தீநெறி மனிதன் வெறுமையான தன்னுகர்வு கொண்டாட்டங்களில் கழிப்பதை, அறநெறி மனிதன் பயனுள்ள தொழில்முனைவிற்காகச் செலவிடுகிறான். பழைய உலகின் மிருக இச்சைகளிலிருந்து தன்னை விலக்கிக் கொள்பவனுக்கு, ஆர்வமூட்டும் அனைத்து செயல்பாடுகளுடனும் தூய்மையான கொண்டாட்டங்களுடனும் ஒரு புதிய வாழ்வு, ஒரு புதிய உலகம் திறக்கும். அவனுள் குவிந்திருக்கும் ஆதாரவளங்களால் அவனது நிலை உறுதி செய்யப்படும். வித்தில்லாத விதை பூமியில் மக்கிப்போகிறது. இயற்கையின் பயன்பாடு மிக்க பொருளாதாரத்தில் அதற்கு எந்த இடமும் இல்லை. வாழ்க்கை போராட்டத்தில் வெற்று மனங்கள் மூழ்கிப் போகும். தீங்கானவைகளால் ஏற்படுத்தப்படும் வெறுமைக்கு மனித சமூகத்தில் இடமில்லை. மனித சமூகம் நன்மையை நாடும். ஆனால் வெற்று மனங்கள் ஒரேயடியாக மூழ்குவது இல்லை. அது எண்ணம் திருந்தும்போது மீண்டும் அது தன்னை நிலை நிறுத்திக் கொள்ளலாம். உயிர்யிருப்பின் தன்மையால், முன்னேற்றம் என்ற காலத்தால் அழியாத நிலைபெற்ற விதியால், தீநெறி

மனிதன் நிச்சயம் வீழ்வான். ஆனால் விழுந்தவன் மீண்டும் எழ முடியும், தீநெறியை விடுத்து அறநெறியை பின்பற்றி தனது ஆதாரவளங்களின் துணையோடு பாதுகாப்பாக, சுய கவரவத்தோடு உறுதியாக நிற்கலாம்.

ஆதாரவளம் கொண்ட மனிதர்கள் புதியவற்றை உருவாக்குகிறார்கள். கண்டுபிடிப்பாளர்களாக இருக்கிறார்கள். முன்னெடுப்பாளர்களாக இருக்கிறார்கள். அவர்கள் தோல்வியுற முடியாது. அவர்கள் முன்னேற்றத்தின் பாதையை அமைப்பதில் பங்கு வகிக்கிறார்கள். அவர்களிடம் புதிய திட்டங்கள், புதிய வழிமுறைகள், புதிய நம்பிக்கைகள் நிறைந்து இருக்கின்றன. அதனால் வாழ்வு வளமும் முழுமையும் பெறும். அவர்கள் நுட்பமான மனம் கொண்டவர்கள். ஒருவன் தன் வணிகத்தை, தன் பணியை, தன் வழிமுறைகளை முன்னேற்றிக் கொள்ள மறுக்கும் போது அவன் முன்னேற்றத்தின் வழித்தடத்திலிருந்து விலகுகிறான். அவனது தோல்வி ஆரம்பமாகின்றது. முதியவரின் உடலைப் போல அவனது மனம் இறுக்கமாகின்றது. ஆதாரவளம் கொண்ட மனிதர்களின் திட்டங்களோடும் சிந்தனைகளோடும் அவனால் உடன் பயணிக்க முடியவில்லை. ஆதாரவளம் கொண்ட மனிதனின் மனம் ஒரு வற்றாத நதியைப் போல, அது வறட்சி காலங்களில் தாகம் தீர்த்து புத்துணர்வை வழங்கும், புதிய ஆற்றலை வழங்கும். ஆதாரவளம் கொண்ட மனிதர்கள் புதிய

சே. அருணாசலம்

சிந்தனை கொண்டவர்கள், மற்றவர்கள் விழும் போது புதிய சிந்தனை கொண்டவர்கள் வீழ்வது இல்லை.

நன்கு கனிந்து செம்மையாக்கப்பட்ட ஆதாரவளமே தன்னியல்பாகும். எங்கே தன்னியல்பு இருக்கிறதோ அங்கே மேதைத்தன்மை இருக்கிறது. மேதைத்தன்மை உடையவர்கள் இவ்வுலகின் வெளிச்சமாக செயல்படுகிறார்கள். ஒருவன் என்ன வேலை செய்தாலும் சரி, அதை செய்வதற்கு அவன் தன் ஆதாரவளங்களையே சார்ந்திருக்க வேண்டும். அவன் மற்றவர்களிடம் கற்றுக் கொள்ளலாம். அவர்களைக் கண்மூடித்தனமாகப் பின்பற்றக் கூடாது. தன்னையவன் செயல்பாட்டில் ஈடுபடுத்திக் கொள்ள வேண்டும். தன்னுடைய பணியைப் புதியதாதவகவும் அசலாகவும் செய்ய வேண்டும். தன்னியல்பான மனிதர்கள் உலகின் கவனத்தை ஈர்க்கிறார்கள். முதலில் அவர்கள் புறக்கணிக்கப்படலாம். ஆனால் இறுதியில் அவர்கள் ஏற்றுக் கொள்ளப்படுவார்கள். மனிதகுலம் பின்பற்றுவதற்கான முன்மாதிரிகளாக இருப்பார்கள். தன்னியல்பின் சூட்சுமத்தை ஒருவன் பெறும் போது, அவன் தான் சார்ந்த துறையில், செயல்திறனில் மற்ற மனிதர்களுக்கு முன்னோடியாக இருக்கிறான். ஆனால், தன்னியல்பை வலுக்கட்டாயமாகப் திணித்துப் பெறமுடியாது. அதை வளர்த்துக் கொள்ளத் தான் முடியும். சிறந்தவற்றிலிருந்து மேலும் சிறந்தவற்றை அடைய முயல்வதால் அது

வளர்கிறது. ஒருவன் தன்னை தன் பணியில் அர்ப்பணித்துக் கொள்ளட்டும். தன்னுடைய ஆற்றல்களை எல்லாம் குவிந்த மனதோடு செயல்படுத்தட்டும். ஒரு நாள் வரும், அப்போது உலகம் அவனை அதன் தவப்புதல்வனாகக் கொண்டாடும்.

மனிதகுலத்தை புதிய, உயர்வான, நன்மையான வழிகளுக்கு வழிநடத்திச் செல்லும் தன்னியல்பான மனங்களுடன் அவனும் இணைந்து விட்டான்.

இரண்டாவது தூணின் கட்டுமானம் இவ்வாறு விரித்துரைக்கப்பட்டுள்ளது. தன் மன ஆற்றல்களை எல்லாம் செயல்திறனோடு செலுத்தத் தயாராக உள்ளவனுக்காக அது உருவாக காத்திருக்கிறது.

சே.அருணாசலம்

4. மூன்றாவது தூண் - நேர்மை

வளமான வாழ்வை அதற்குரிய விலையைக் கொடுக்காமல் வாங்க முடியாது. அறிவுக்கூர்மையான உழைப்பால் மட்டும் அல்ல, ஆனால், அறநெறி ஆற்றல்களைக் கொண்டும் அதை வாங்க வேண்டும். எப்படி நீர்க்குமிழி நீடித்திருக்க முடியாதோ, அது போல ஏமாற்றுக்காரனும் வளமான வாழ்வைப் பெற முடியாது. பணத்தை வாரி சுருட்டுவதில் ஒரு சலசலப்பான சூழலை ஏற்படுத்தி பின்பு அவன் கவிழ்ந்து விடுகிறான். ஏமாற்றால் இது வரை எதுவும் நிரந்தரமாக அடையப்பட்டது இல்லை, அடையப்படவும் முடியாது. ஆனால் ஒரு காலத்திற்கு வலிய அடைத்து வைக்கப்படுகிறது, பின்பு வட்டியும் முதலுமாக மீண்டும் செலுத்தப்படுவதற்காக. ஆனால், ஏமாற்று என்பது மனச்சான்று இல்லாமல் ஆர்ப்பரிப்பவனை மட்டும் குறிப்பிடவில்லை. தாங்கள் பெறும் பணத்திற்கு அல்லது பெற முயற்சிக்கும் பணத்திற்கு ஈடு இணையான ஒன்றை வழங்காமல் இருக்கும் அனைவரும் ஏமாற்றைக் கடைபிடிக்கிறார்கள்,

அவர்கள் இதை அறிந்திருக்கிறார்களோ இல்லையோ. உரிய உழைப்பை வழங்காமல் பணத்தை அடைய திட்டம் தீட்டும் எவரும் ஏமாற்றுக்காரர்களே. அவர்கள் மனதளவில் திருடன் மற்றும் அபகரிப்பாளர்களோடு நெருக்கமாக இருக்கிறார்கள். அவர்களது ஈர்ப்பு வளையத்துக்குள் விரைவாகவோ அல்லது காலம் கடந்தோ வருகிறார்கள். அவர்கள் அவனது முதலீட்டை இழக்கச் செய்து விடுகிறார்கள். திருடன் என்பவன் யார்? மற்றவர்களது முதலீட்டை மோசம் செய்பவன், சட்டத்திற்கு புறம்பாக ஒன்றைப் பெற நினைப்பவன், அதற்கு ஈடு இணையான ஒன்றை வழங்காமல். வளமான வாழ்வை அடைய விரும்புபவன், தனது அனைத்து பரிமாற்றங்களிலும், அவை பொருள் சார்ந்ததோ அல்லது மனம் சார்ந்ததோ, தான் பெறும் ஒன்றுக்கு ஈடு இணையான ஒன்றை எப்படி வழங்குவது என்று ஆராய வேண்டும். இது தான் சரியான வணிகத்தின் மிகச்சிறந்த அடிப்படை கோட்பாடு. அதுவே ஆன்மீகம் என்று வரும் போது, மற்றவர்கள் நமக்கு எதைச் செய்ய வேண்டும் என்று விரும்புகிறோமோ அதை நாம் மற்றவர்களுக்கு செய்ய வேண்டும். இதையே பிரபஞ்ச ஆற்றகளோடு பொருத்தி பார்த்தால், "வினையும் எதிர்வினையும் சமமானவை" என்ற அறிவியல் சூத்திரமாகிறது.

மனித வாழ்வு ஒன்றை ஒன்று சார்ந்து செயல்படும். கண்மூடித்தனமாகச் செயல்படுவது அல்ல. மற்றவர்களை எல்லாம் தான் ஏமாற்றி பிழைப்பதற்கான இரையாகக் கருதுபவன் வளமான வாழ்வின் பாதையிலிருந்து வெகு தொலைவில் இருக்கும் அழிவு என்னும் பாலைவனத்தில் தவிக்க விடப்படுவான். பரிணாம வளர்ச்சியில் நேர்மையான மனிதனோடு போட்டி போடுவதற்கான தகுதியின்றி வெகுவாக பின்தங்கி இருக்கிறான். சிறந்தவைகள், தகுதியுடையவைகள் எப்போதும் தப்பி பிழைக்கும். அவன் அவ்வாறு இல்லாததால் அவன் பிழைப்பது கடினம். அவனது முடிவு என்பது, தனிமையில் ஒதுக்கி விடப்படுவது ஆகும். அவனது செயல்பாடுகள் அழிவை நோக்கி இருக்கின்றன. உருவாக்குபவையாக இல்லை. எனவே, அவன் தன்னை அழிவுக்கு இட்டுச் செல்கின்றான்.

கிறித்துவர்களால் வேடதாரி, பாவனை செய்பவர் எனக் கூறப்பட்டுக் கொண்டிருந்த முகமது நபி அவர்கள் குறித்து, பத்தொன்பதாம் நூற்றாண்டு ஸ்காட்லாந்து எழுத்தாளர் தாமஸ் கார்லைல் அவர்கள் தான் "ஒரு வேடதாரி ஏமாற்றுகிறான் செங்கல் கற்களாலான சாதாரண வீட்டைக் கட்டி எழுப்பவில்லை. ஒரு மார்க்கத்தை கட்டி எழுப்பி இருக்கிறார், அது எவ்வாறு சாத்தியப்படும்?" என அவர்கள் மனதுக்குள் கேள்வி எழுப்பினார். ஓர் ஏமாற்றுக்காரன், பொய்யன், நேர்மையற்றவனால் எதையும் உருவாக்க முடியாது. அவனிடம் அதைக்

கட்டுவதற்குக் கருவிகளோ மூலப் பொருட்களோ இருப்பதில்லை. அவனால் ஒரு வெற்றிகரமான வணிகத்தையோ, குண இயல்பையோ, தொழில் வாழ்வையோ நிலைநிறுத்த முடியாது எனும்போது ஒரு மார்க்க சமயத்தை நிலைநிறுத்த முடியுமா? ஏமாற்றுக்காரன் எதையும் உருவாக்குவது இல்லை. மற்றவர்கள் உருவாக்கியதையும் அழிக்க நினைப்பான். அது முடியாமல் அவன் தன்னை தானே தாழ்த்திக் கொள்கிறான்.

நேர்மை துணையாக இல்லாமல் இருக்கும்போது ஆற்றலும் பொருளாதாரமும் இறுதியில் தோல்வியையே தழுவும். ஆனால் நேர்மை துணையாக இருக்கும்போது அவற்றின் ஆற்றல் பன்மடங்கு கூடும். அறநெறித் தன்மை முக்கிய பங்கு வகிக்காமல் வாழ்வில் எந்த நிகழ்வும் நடைபெறுவது இல்லை. உள்ளார்ந்த நேர்மை, எங்கிருந்தாலும் சரி அனைத்து பரிமாற்றங்களிலும் அதன் முத்திரையைப் பதிக்கும். அதன் அற்புதமான இணக்கத் தன்மை, நிலைத்தன்மை மற்றும் அசைக்க முடியாத ஆற்றலாலும் இதைச் செய்கிறது. காரணம், நேர்மையான மனிதன் நிலைநிறுத்தப்பட்ட விதிகளுடன் ஒத்திசைத்து இருக்கிறான். மனிதகுலத்தைத் தாங்கி நிறுத்தும் அடிப்படை விதிகளுடன் மட்டும் அல்ல, ஆனால், இந்த பரந்த பிரபஞ்சத்தைத் தாங்கி நிற்கும் விதிகளுடன் அவன் இசைந்து வாழ்கிறான். அவற்றை யார் மாற்ற முடியும்? அப்படி என்றால்

யாரால் நேர்மையான மனிதனை கீழ்நிலைக்குத் தள்ள முடியும்? வற்றாத நீர்ஊற்றுகள் நீர்வார்க்கும் வேர்களைக் கொண்ட, எந்த புயலாலும் சாய்க்க முடியாத வலிமையான மரத்தை போன்றவன் அவன்.

நேர்மை என்பது முழுமையாகவும் வலிமையாகவும் இருக்க வேண்டும் என்றால், அது ஒருவனை, அவனது வாழ்வின் அனைத்து நுட்பமான விஷயங்களோடும் ஆரத்தழுவி இருக்க வேண்டும். தூண்டுதல்களின் பிடிக்கு இரையாகாமல், நெருக்கடியின் போது சமரசத்திற்கு இணங்காமல் இருக்கும் வகையில் மிக ஊடுருவி நிரந்தரமாக இருக்க வேண்டும். ஒரு புள்ளியில் சருக்குவது அனைத்து புள்ளிகளிலும் சருக்குவதற்கு ஒப்பாகும். நெருக்கடியின் காரணமாக பொய்மையுடன் சமரசத்தை ஏற்றுக் கொள்வது, அது எவ்வளவு தான் தேவையானது மற்றும் குறிப்பிட்டு சொல்லும் அளவுக்கு பெரிய தவறு இல்லையென்று தோன்றினாலும், அது நேர்மையின் கேடயத்தை இழப்பதாகும். தீங்கின் தாக்குதலில் இருந்து தற்காக்கும் கேடயம் இல்லாமல் நிற்பதாகும்.

தனது முதலாளி தன்னைக் கண்காணித்துக் கொண்டிருக்கும் போது எந்த அளவுக்கு பொறுப்பாகவும் கவனமாகவும் வேலை செய்கிறானோ அதே அளவுக்கு அவர் தன்னைக் கவனிக்காத போதும் பொறுப்பாகவும்

கவனமாகவும் வேலை செய்யும் ஒருவன் ஒரு தாழ்வான நிலையில் நீண்ட நாள் இருக்க மாட்டான். கடமையின் நுட்பமான செயல்பாடுகளை நிறைவேற்றும் அத்தகைய நேர்மை அவனை செல்வ செழிப்பான வாழ்வின் வளமான பகுதிக்கு அவனை இட்டுச் செல்லும்.

இன்னொரு புறம் கடமையைத் தட்டி கழிப்பவன், தனது முதலாளி தனது வேலையைக் கண்காணிக்காத போது அதை புறக்கணிக்கத் தயங்காதவன், தனது முதலாளியிடமிருந்து தனது உழைப்பு மற்றும் நேரத்திற்கு பேசப்பட்டுள்ள ஊதியத்திற்கு ஏற்ற உழைப்பை உரிய முறையில் வழங்காமல் திருடுகிறான். அவன் வேலை வாய்ப்பு இல்லாத பகுதியை விரைவில் அடைவான். தனக்கு வேலை கிடைக்குமா என்று தேடி களைப்பு அடைவான்.

நேர்மையை நெஞ்சில் ஆழ பதித்துக் கொள்ளாதவனுக்கு, ஒரு காலம் நிச்சயம் வரும், அப்போது அவனது வாழ்வின் முன்னேற்றத்தையும் வளமான வாழ்வையும் உறுதி செய்ய ஒரு பொய்யைச் சொல்ல வேண்டிய நிலையோ அல்லது ஒரு நேர்மையற்ற செயலை செய்ய வேண்டிய நிலையோ ஏற்படலாம். இது யாருக்கு நிகழும் என்றால்-,

நேர்மையை ஆழமாக நெஞ்சில் பதித்துக் கொள்ளாமலேயே, தான் நேர்மையானவன் என்று கருதி கொண்டிருப்பவனுக்கு நிகழும். நேர்மையின் மெய்யொளியை உணர்ந்தவனுக்கு இத்தகைய தூண்டுதல்கள் ஏற்படாது, காரணம், பொய்மையையும் நேர்மையற்ற செயலும் எந்த சூழலிலும் ஏற்கத் தகாதவை என்று அவன் அறிவான். எனவே, அவன் தூண்டுதலுக்கு உள்ளாக மாட்டான். அவனைத் தூண்டுதலுக்கு உட்படுத்துவதும் சாத்தியம் இல்லை. ஆனால், இவ்வாறு தூண்டுதலுக்கு உட்படுபவன், பொய்மையின் நுட்பமான பிடிக்குள் விழாமல் இருக்க வேண்டும். முடிவெடுக்க முடியாமல் குழம்பும் அந்த நேரத்தில், நேர்மையின் கோட்பாட்டில் உறுதியாக நிற்க அவன் துணிய வேண்டும். தன் நேர்மையைச் சாய்த்துக் கொள்வதை விட இழப்பதற்கு தயாரானவனாக அவன் இருக்க வேண்டும். இந்த அறநெறி கோட்பாடு குறித்து, இது போன்ற சூழல்களால் அவன் மெய்யொளி பெற முடியும். இந்த நேர்மை என்னும் அறநெறி கோட்பாடு அவனை இழப்பிற்கும் துன்பத்திற்கும் இட்டுச் செல்லவில்லை, ஆனால் ஆதாயத்திற்கும் மகிழ்ச்சிக்குமான பாதைக்கே இட்டுச் செல்கிறது என்ற பேருண்மையை அவன் உணர்ந்து கொள்வான். காரண விளைவு விதியின்படி,

நேர்மையின் காரணமாக இழப்பு என்ற விளைவு ஏற்படாது என்று உணர்வான்.

பொய்மைக்கு அடிபணிவதை விட இழப்பை விரும்பி ஏற்கிறேன் என்ற இந்த மனநிலை தான் வாழ்வின் அனைத்து தளங்களிலும் மெய்யறிவுக்கு இட்டுச் செல்கிறது. ஏதோ ஒரு சுயநல நோக்கத்தை துறக்க விரும்பாமல், பொய்யோ அல்லது ஏமாற்றோ செய்யும் ஒருவன் மெய்யறிவு பெறுவதற்கான தகுதியை இழந்து விட்டான். ஏமாற்றின் சீடர்களுள் தனது இடத்தை தேடி அமர்கிறான். தவறான பரிமாற்றங்கள் செய்பவரோடு தன்னை இணைத்துக் கொள்கிறான். நன்மதிப்பும் குண இயல்பும் உள்ளவர்களோடு அவன் சேர்வது இல்லை.

வஞ்சகமான சூழ்ச்சிகளின் கொடும் தீங்கான விளைவுகளை எந்தவித சந்தேகமுமின்றி தெளிவாக உணர்ந்து-, பார்வையாலோ, வார்த்தையாலோ அல்லது செயலாலோ பொய் அல்லது ஏமாற்றுச் செயல்களைச் செய்வதற்கான தகுதியற்று ஒருவன் நேர்மையுடன் இருக்கும் போது தான், உண்மையான கவசத்தை பெற்றுள்ளதாகக் கூற முடியும். சூரியனை பிடிக்காத பைத்தியக்காரர்களால் எப்படி அதை வானத்திலிருந்து கீழே இழுக்க முடியாதோ, அது போலவே நேர்மையின் மெய்யொளி பொருந்தியவனை நேர்மையற்றவர்களால் கீழே

சாய்க்க முடியாது. அவன் அனைத்து திசைகளிலும் பாதுகாக்கப்பட்டு இருக்கிறான். அவன் மீது எய்தப்படும் அம்புகளான சுயநலம் மற்றும் துரோகம் ஆகியன அவனது நேர்மையின் வலிமையான கவசம் மற்றும் நன்மையின் கேடயத்தால் தடுக்கப்பட்டு அவனைத் தொட முடியாமல் எந்த காயத்தையும் ஏற்படுத்த முடியாமல் எய்தவர்களையே மீண்டும் சென்று தாக்கும்.

போட்டி சூழல் மிகுந்த இன்றைய காலகட்டத்தில் உண்மையை பேசி யாராலும் பிழைக்க முடியாது என்று பொய் பேசும் வியாபாரி கூறுவான். அவன் உண்மையைப் பேசுவதை நடைமுறைப்படுத்தியில்லாத போது அவனால் எப்படி இதை அறிந்திருக்க முடியும். மேலும் அத்தகைய மனிதனுக்கு வாய்மையைக் குறித்து எந்த அறிவும் கிடையாது. எனவே, அவனது கூற்று என்பது அறியாமையால் விளைந்த கூற்று. அறியாமை மற்றும் பொய்மை ஒருவனது கண்களை குருடாக்கும். அவன் தன்னைப் போலவே அனைவரும் அறியாதவர்கள், பொய்யர்கள் என்று முட்டாள்தனமாகக் கற்பனை செய்கிறான். அப்படிப்பட்ட வியாபாரிகள் இழப்புக்கு உள்ளாவார்கள். ஒரு வியாபாரி, கூட்டம் ஒன்றில் பின்வரும் கூற்றை கூறினார், "எந்த மனிதனும் வியாபாரத்தில் முழு உண்மையாக இருக்க முடியாது. ஓரளவு தான் உண்மையாக

இருக்க முடியும்". அவரது கூற்று வணிக உலகின் களநிலவரத்தை வெளிப்படுத்துகிறது என்ற கற்பனையில் அவர் இருந்தார். ஆனால் இல்லை, அது அவரது சொந்த நிலையையே வெளிப்படுத்தியது. அவர் அந்தக் கூட்டத்தில் தான் உண்மையை கடைபிடிக்காதவர் என்று பறைசாற்றிக் கொண்டார். அவரது அறியாமை, அறநெறி குறித்து அவரது அறியாமை, அவர் இதை காண முடியாமல் தடுத்தது. ஓரளவு நேர்மை என்பது நேர்மையின்மைக்கு இன்னொரு பெயராகும். நேர்வழியிலிருந்து சிறிதளவு விலகுபவன், இன்னும் அதிகம் விலகுவான். எது சரி என்பது குறித்து அவனுக்கு எந்த நிலையான கோட்பாடும் கிடையாது, அவனது சுயலாபத்தை மட்டுமே அவன் யோசித்துக் கொண்டிருக்கிறான். அவனது நேர்மையின்மை மிகத் தீங்கற்றது என கருதுகிறான். அவனது அருகாமையில் இருப்பவன் அளவுக்கு அவன் தீமையானவன் இல்லை என கருதுகிறான். இது வேறு ஒன்றும் அல்ல, அறநெறி கோட்பாடுகள் குறித்த அறியாமை ஏற்படுத்தும் சுய மாயைகளில் இதுவும் ஒரு வகை.

இரு மனிதர்களுக்கு உள்ள பல்வேறு உறவு முறைகளுக்கு இடையே அவர்களுக்குள் நடைபெறும் பரிமாற்றங்களில் சரியானதைக் கடைப்பிடிப்பதே நேர்மையின் உயிர்மூச்சாகும். அது வாய்மையை உள்ளடக்கியிருக்கிறது. ஆனாலும் அதைக் கடந்தும் இருக்கிறது. மனித

சமூகத்தின் முதுகெலும்பாக, மனித அமைப்புகளின் பின்புலமாக நேர்மை இருக்கின்றது. அது இல்லாமல் நம்பிக்கை ஏற்படாது, மனிதர்கள் ஒருவரை ஒருவர் நம்ப மாட்டார்கள், வணிக உலகம் சரிந்து விடும்.

பொய் பேசுவதை வழக்கமாகக் கொண்டவன் அனைத்து மனிதர்களையும் பொய்யாளர்களாக கருதுகிறான். அவர்களை அவ்வாறே நடத்துகிறான். நேர்மையான மனிதன் அனைவர் மீதும் நம்பிக்கை கொண்டு நடத்துகிறான். அவன் அவர்களை நம்புகிறான். அவர்களும் அவனை நம்புகிறார்கள். அவனது தெளிவான பார்வையும் வெளிப்படையான நடத்தையும் ஏமாற்றுக்காரனை வெட்கப்பட வைக்கின்றன. அவனால் தனது ஏமாற்று வித்தையை நேர்மையாளன் மீது நடைமுறைப்படுத்த முடியவில்லை. இதையே எமர்சன் அழகாக கூறுகிறார். "மனிதர்களை நம்புங்கள். அவர்கள் உங்களுக்கு உண்மையாக இருப்பார்கள் அவர்கள் உங்களுக்கு சாதகமாக தங்கள் விதிகளை கூட தளர்த்திக் கொண்டாலும் கூட".

நேர்மையான மனிதன் தன்னுடைய இருப்பால் தன் உடன் இருப்பவர்களின் அறநெறி இயல்புகள் மேலெழ கட்டளையிடுகிறான். அவர்கள் தாங்கள் எப்போதும் இருப்பதை விட சிறந்த மனிதர்களாக விளங்குகிறார்கள். மனிதர்கள், ஒருவர் பால்

மற்றொருவர் தாக்கம் கொள்கிறார்கள். நன்மை என்பது தீங்கை விட ஆற்றல் மிக்கது. நன்மையும் வலிமையும் மிக்க மனிதன் தீங்கான மற்றும் பலவீனமான மனிதனை தனது தொடர்பால் வெட்கப்பட வைக்கும் அதே நேரம் மேலுயர்த்தவும் செய்கிறான்.

நேர்மையான மனிதன் தானே அறியாத வண்ணம் தன்னோடு ஒரு ஆச்சரியம் கலந்த வியப்பையும் உள்ளுணர்வு ஊட்டுதலையும் கொண்டிருக்கிறான். கீழான, அற்பமான, பொய்யானவற்றிலிருந்து தன்னை மேலுயர்த்திக் கொண்டுள்ளதால் இந்த கீழ்நிலை இயல்புகள் அவன் இருப்பின் முன்னிலையில் குழம்பி மறைந்து விடுகின்றன. மிக உயர்ந்த அறிவுக்கூர்மை மிக்க பரிசையும் இந்த அறநெறி தன்மையோடு ஒப்பிட முடியாது. மனிதர்களது நினைவுகளில் அறிவுக்கூர்மையான மேதையை விட நேர்மையானனே உயர்ந்த இடத்தை வகிக்கிறான். "எதையும் சார்ந்திராத நேர்மையின் சிறப்பே இயற்கையின் மிக நுட்பமான அம்சம்" இந்தத் தன்மையே மனிதர்களைத் தலைவர்களாக்குகிறது. நேர்மையிலிருந்து பிறழாதவன் எப்போதுமே தலைவன் தான். அவனது தலைமை குணத்தை வெளிக் கொணார தகுந்த சூழல் தான் வெளிப்பட வேண்டும். அவனிடம் எப்போதும் ஒரு நிரந்தர மகிழ்ச்சி குடி கொண்டிருக்கும். ஒரு மேதை மகிழ்ச்சியற்றவனாக இருக்கலாம். ஆனால் ஒரு நேர்மையாளன்

மகிழ்ச்சியற்றவனாக இருக்க முடியாது. உடல் நலமின்மையோ, பேரிடரோ அல்லது இறப்போ அவனை அவனது நிரந்தர திருப்தியான மன நிலையிலிருந்து பிரிக்க முடியாது. அது அவனது பிறழாத நேர்மையால் விளைந்தது.

நேர்மை, வளமான வாழ்வுக்கு நான்கு வரிசையான படிநிலைகளால் அழைத்துச் செய்கிறது. முதலில், நேர்மையாளன் அடுத்தவர்களின் நம்பிக்கையைப் பெறுகிறான். இரண்டாவதாக, அவ்வாறு பெற்றதால் அவர்கள் அவனை நம்புகிறார்கள். மூன்றாவதாக, இந்த நம்பிக்கையின் வரம்பு என்றும் மீறப்படாமல் இருப்பது ஒரு நன்மதிப்பை ஏற்படுத்துகிறது. நான்காவதாக, அந்த நன்மதிப்பு மேலும் பரவி வெற்றியை வழங்குகிறது.

நேர்மையின்மை, இதே ரீதியில் எதிர் விளைவைக் கொண்டிருக்கிறது. அடுத்தவர்கள் கொண்டிருக்கும் நம்பிக்கை அழிகிறது. அதனால் அவர்களுக்குள் சந்தேகம் ஏற்படுகிறது. ஒரு கெட்ட பெயரை ஏற்படுத்துகிறது. அது தோல்வியில் முடிகிறது.

நேர்மையின் தூண் பின்வரும் நான்கு கூறுகளால் கட்டமைக்கப்பட்டுள்ளது

1. வாய்மை

2. அச்சமின்மை

3. குறிக்கோளில் உறுதியான பற்று

4. வெல்ல முடியாத தன்மை

வாய்மை தான் வெற்றிக்கு உறுதியான வழி, பொய்மையைக் கடைப்பிடிப்பவன் துக்கத்தில் வருந்தும் நாள் இறுதியில் வருவது நிச்சயம். ஆனால், வாய்மையைக் கடைப்பிடிப்பதற்காக எந்த மனிதனும் வருந்த வேண்டி வராது. வாய்மையைக் கடைபிடிப்பவன் தோற்கும் நிலை ஏற்பட்டாலும், பல தடவை அவன் தோற்கவும் செய்கிறான். அது ஆற்றல், பொருளாதாரம் மற்றும் அமைப்பு போன்ற மற்ற தூண்கள் சரியாக நிலைபெற்று இல்லாததால், என்றாலும், அந்தத் தோல்வி நேர்மையற்றவனின் தோல்வியின் அளவிற்கு துக்ககரமாக இருக்காது. அவன் தன் சக மனிதனை ஏமாற்றவில்லை என்பதில் எப்போதும் மகிழ்ச்சி அடையலாம். மிக இருளான காலத்திலும் களங்கமில்லாத மனச்சான்றால் நிம்மதி அடைவான்.

அறியாமையில் உழல்பவர்கள் நேர்மையின்மையை வளமான வாழ்விற்கு அழைத்துச் செல்லும் ஒரு குறுக்கு வழி என்று நினைக்கிறார்கள். இதனால் தான் அதைக் கடைப்பிடிக்கிறார்கள். நேர்மையற்றவன் அறநெறி அடிப்படையில் தொலைநோக்குப் பார்வையில்லாதவன். மது குடித்தால் ஏற்படும் உடனடி இன்பத்தை மட்டும் உணர்ந்து அதனால் ஏற்படுகின்ற இழிநிலையை உணராத குடிகாரனைப் போல அவன் ஒரு நேர்மையற்ற செயலின் உடனடி விளைவைக்

காண்கிறான். அதாவது கூடுதல் இலாபத்தை, ஆனால் ஒட்டுமொத்த விளைவைக் காண்பதில்லை. தொடர்ச்சியாக செய்யப்படும் அது போன்ற செயல்கள் ஒருமித்து கூடி அவனது குண இயல்பைக் கிழ்நிலைப்படுத்தும், அவனது காது படவே அவனது வணிகம் சரியும். உடனே இலாபத்தை சுருட்டிக் கொண்டு அவன் எவ்வளவு கெட்டிக்காரத்தனமாகவும் வெற்றிகரமாகவும் மக்களை ஏமாற்றிக் கொண்டிருந்ததை நினைத்துக் கொண்டிருக்கிறான். ஆனால், உண்மையில் அவன் தன்னைத் தான் ஏமாற்றிக் கொண்டிருக்கிறான். இவ்வாறு பெறப்பட்ட ஒவ்வொரு காசையும் அவன் வட்டியும் முதலுமாக திரும்பச் செலுத்த வேண்டும். அதிலிருந்து தப்புவதற்கு வழியில்லை என்பதை உணராதிருக்கிறான். பூமியின் புவியீர்ப்பு எப்படி உயரே இருந்து விழும் கல்லை எப்படி நிச்சயமாக ஈர்க்கிறதோ இந்த அறநெறி புவியீர்ப்பும் அப்படி நிச்சயமாக நிகழும்.

தன்னுடைய உதவியாளர்கள் தனது விற்பனை சரக்கு குறித்து வாடிக்கையாளர்களிடம் பொய்யாக எடுத்துக் கூற வேண்டும் என்று கட்டளையிடும் வியாபாரி தன்னைச் சுற்றி சந்தேகம், நம்பிக்கையின்மை மற்றும் வெறுப்பு படர வைக்கும் கைகளை உருவாக்கிக் கொள்கிறான். அறநெறி தன்மையில் பலவீனமானவனாக இருந்து அவன் கட்டளையை செயல்படுத்துபவன் கூட தனது பணியால் தன்னைத் தானே தாழ்த்திக் கொள்ளும்

அதே நேரம், அந்தப் பணியை கட்டளையிட்ட அவனது முதலாளியையும் மனதில் அவமதிப்பான். அத்தகைய ஒரு விஷம் நிறைந்த சூழலில் வெற்றி எப்படி நடைப்பெறும். அத்தகைய வணிகத்தின் வீழ்ச்சிக்கான உள்துடிப்பு ஏற்கனவே நிகழ்கிறது. அவனது சரிவுக்கான நாள் குறிக்கப்பட்டு விட்டது.

வாய்மையைக் கடைபிடிக்கும் மனிதன் தோல்வியுறுவான். ஆனால் அந்தத் தோல்வி அவனது வாய்மையின் காரணமாக இராது. அந்தத் தோல்வியும் மதிக்கக் கூடியதாகவே இருக்கும். அவனது குணயியல்பையோ அவனுக்குள்ள மதிப்பையும் பாதிக்காது. ஒரு குறிப்பிட்ட திசையில் சந்தேகமின்றி அவனது செயல்திறன் குறைவின் காரணமாக நேர்ந்த அந்தத் தோல்வி அவனது திறமைக்கு ஏற்ற வேறொரு திசைக்கு அழைத்துச் செல்வதற்கும் காரணமாகி அவனது வெற்றிக்கு வழிவகுக்கும்.

அச்சமின்மை வாய்மையோடு உடன் வரும். வாய்மை கடைபிடிக்கும் ஒருவனது கண்கள் தெளிவாகவும் பார்வை நேர் கொண்டதுமாக இருக்கும். அவன் எல்லோரையும் முகத்திற்கு நேராக பார்க்கிறான். அவனது பேச்சு திருப்திப்படுத்தும் விதமாகவும் சுற்றி வளைக்காமல் நேரடியாகவும் இருக்கிறது. பொய்யனும் ஏமாற்றுக்காரனும் தலையை தொங்க போட்டு இருப்பான். அவனது கண்கள் கலக்கமாக

இருக்கும். அவனது பார்வை நேர்கொண்டதாக இருக்காது. அவன் இன்னொருவனைக் கண்களுக்கு நேராகப் பார்க்க மாட்டான், அவனது பேச்சு சுற்றி வளைத்தும் திருப்தி அளிக்காமலும் இருப்பதால், அது நம்பிக்கையின்மையை ஏற்படுத்தும்.

ஒருவன் தன் பொறுப்புகளை முழுமையாக நிறைவேற்றும் போது, அச்சப்படுவதற்கு அவனிடம் எதுவும் இல்லை. அவனது அனைத்து வணிக உறவுகளும் பாதுகாப்பாகவும் பத்திரமாகவும் இருக்கின்றன. அன்றைய சூழலின் வழக்கத்தை அவனது வழிமுறைகளும் செயல்பாடுகளும் எதிர்கொள்ளும். அவன் ஒரு கடினமான காலகட்டத்தை கடக்க வேண்டியிருந்தால், கடன் பட்டு இருந்தால், அனைவரும் அவனை நம்புவார்கள், அவன் மீண்டு வந்து தரும் வரை காத்திருக்க விரும்புவார்கள். அவர்கள் தந்த கடனும் அவனால் முறையே அடைக்கப்படும். வாய்மையற்றவர் தாங்கள் வாங்கிய கடனைத் திரும்பத் தருவதை தவிர்ப்பார்கள். அவர்கள் அச்சத்தில் வாழ்வார்கள். ஆனால் வாய்மை நிறைந்த மனிதன் கடனில் சிக்குவதைத் தவிர்ப்பான். ஆனால், அவன் கடன் பட்டு விட்டால் அதற்காக அச்சப்பட மாட்டான். தனது முயற்சிகளை இரட்டிப்பாக்கி கடனிலிருந்து மீளுவான்.

வாய்மையற்றவர்கள் எப்போதும் அச்சத்திலேயே இருப்பார்கள். அவர்கள் கடன் படுவதை நினைத்து அஞ்சுவதில்லை. ஆனால், கடனை திருப்பி தர வேண்டும் என்று தான் அஞ்சுவார்கள். அவர்கள் தங்களது சக மனிதர்களை கண்டு அஞ்சுவார்கள். ஒழுங்கை நிலைநாட்ட கட்டமைக்கப்பட்ட அமைப்புக்களை கண்டு அஞ்சுவார்கள். அவர்களது செயல்களின் அனைத்து விளைவுகளையும் கண்டு அஞ்சுவார்கள். தங்களது தவறான செயல் வெளிப்பட்டு விடுமோ எனத் தொடர்ந்து அச்சத்திலேயே இருப்பார்கள். அச்செயலின் விளைவுகள் எந்த நேரமும் வெளிப்பட்டு அவர்களை மூழ்கடிக்கலாம் என்று அச்சத்திலேயே இருப்பார்கள்.

வாய்மையைக் கடைபிடிக்கும் மனிதன் இந்த வகை அச்சங்களிலிருந்து முற்றிலும் விடுபட்டிருக்கிறான். அவன் லேசான இதயத்தோடு தன் சக மனிதர்களிடையே நிமிர்ந்த நன்நடையோடு செல்கிறான். அவன் வேடம் போடாமல் அவனாகவே இருக்கிறான். அவன் யாரையும் ஏமாற்றாததால் அல்லது புண்படுத்தாததால், அவன் யாரை கண்டும் அச்சப்படுவது இல்லை. அவனுக்கு எதிரானவைகள் அவனைத் தாக்காமல் அவனுக்கு சாதகமாகி எய்தவர்களையே திரும்பத் தாக்கும்.

ஒருவனது வாழ்வில் இந்த அச்சமின்மையே அவனது வலிமைக்கு முடி சூட்டுவதாகும். அவன் சந்திக்கும் அனைத்து நெருக்கடிகளையும் கடந்து வர அது உதவும். அனைத்து பிரச்சனைகளையும் துணிவோடு எதிர்கொள்ள துணை புரியும். அவன் பெற வேண்டிய வெற்றியை அவனுக்குப் பெற்று தரும்.

நேர்மை வளர்த்தெடுக்கும் வலிமையான குணயியல்பின் நேரடி விளைவு என்பது குறிக்கோளில் உறுதி என்பதாகும். நேர்மையான மனிதன் நேரடி இலட்சியங்களையும் வலிமையான புத்திசாலித்தனமான குறிக்கோள்களையும் கொண்டிருப்பவன். அவன் யூகங்களின் அடிப்படையில் கண்மூடித்தனமாகப் பணி ஆற்றுவது இல்லை. அவனது அனைத்து திட்டங்களிலும் அவனது குணயியல்பின் அறநெறித்தன்மை இழையோடி இருக்கும். ஒரு மனிதனின் பணி என்பது எப்போதுமே அவனை எந்த வகையிலாவது பிரதிபலிக்கும். நேர்மை மிக்க மனிதன் எப்போதும் வலிமையான திட்டங்களைக் கொண்டிருப்பான். அவன் தொலைநோக்குப் பார்வையுடன் கணிப்பதால் குறைவான தவறுகளையே செய்வதற்கு வாய்ப்பிருக்கிறது அல்லது தப்பி வருவதற்கு கடினம் என்னும் குழப்பமான சூழலில் அவன் சிக்குவது இல்லை. ஒவ்வொரு விஷயத்திலும் அறநெறி பார்வை கொண்டிருக்கிறான். அறநெறி விளைவுகளையே

எதிர்நோக்குகிறான். எனவே, தனது கொள்கை மற்றும் தனக்கு வசதியானதை மட்டுமே நாடுபவனை விட அவன் உறுதியான தளத்தில் இருக்கிறான். எந்த ஒரு சூழலையும் குறித்து அவனுக்கு ஒரு பரந்து விரிந்த ஆழமான பார்வை இருக்கிறது. அதில் உள்ளடங்கியிருக்கும் அடிப்படை கோட்பாடுகள் பற்றிய நுட்பமான புரிதலை கொண்டிருப்பதால் அவனிடம் இருந்து ஒரு ஆற்றல் வெளிப்படுகிறது. தன் ஒருவனுக்கு ஏற்றதை நாடுவதை விட அறநெறி எப்போதும் கூடுதல் நன்மையானது. அதன் குறிக்கோள் நீண்ட தொலைநோக்கு கொண்டிருக்கும். எனவே அது பாதுகாப்பானதாகவும், வலிமையானதாகவும், நீடித்ததாகவும் இருக்கும். நேர்மையான மனிதன் எதைச் செய்தாலும் அவன் சுற்றி வளைக்காமல் நேரடியாக செய்வான். இந்த இயல்பு அவனுக்கான தோல்வியைச் சாத்தியமற்றதாக்குகிறது.

வலிமையான மனிதர்கள் வலிமையான குறிக்கோளைக் கொண்டிருக்கிறார்கள். வலிமையான குறிக்கோள்கள் வலிமையான சாதனைகளுக்கு இட்டுச் செல்லும். அனைத்து வலிமையான மனிதர்களையும் விட நேர்மையானவன் உயர்ந்தவன். அவனது வாழ்வில் அவன் கடைபிடிக்கும் நேர்மையில் அவனது வலிமையின் முழுமை வெளிப்படுகிறது. அவன் பிறரது மதிப்பையும், வியப்பையும், இரசிப்பையும் பெற்று வெற்றியை ஈர்க்கிறான்.

சே.அருணாசலம்

வெல்ல முடியாத பாதுகாப்பு ஒரு சிறந்த பாதுகாவலன். ஆனால் எவனது நேர்மை தூய்மையானதாகவும் அசைக்க முடியாததாகவும் இருக்கிறதோ அவனை மட்டுமே அது தழுவும். ஒரு பொருட்டாக கருத தேவையில்லாத விடயங்களிலும் கூட நேர்மையின் கோட்பாடுகள் மீறப்படாமல் இருப்பதே புறஞ்சொல், தவறான பழிச்சொல், புரளிகள் ஆகியவற்றிலிருந்து ஒருவனை காக்கும். ஒரே ஒரு இடத்தில் சருக்கியவனை அந்த இடத்தின் வாயிலாக நுழையும் தீமையின் அம்பு தாக்கி விடும். தூய்மையான செம்மையான நேர்மை அனைத்து தாக்குதல்களிலிருந்தும் காக்கும் கவசமாகும். அதை கொண்டிருப்பவன் அனைத்து எதிர்ப்பு மற்றும் தண்டனைகளையும் மாறாத துணிவோடும் தளராத மனநிலையோடும் எதிர்கொள்வான். உயர்ந்த அறநெறி கோட்பாடுகளை மெய்யறிவோடு ஏற்று கடைபிடிப்பதன் காரணமாக ஒருவனுக்கு கிடைக்கும் மன வலிமையையும் நிம்மதியையும் எந்த அளவான திறமையோ, புத்திக்கூர்மையோ அல்லது வணிகத் திறமையோ, வழங்க முடியாது. அறநெறி ஆற்றலே ஆக சிறந்த ஆற்றல். உண்மையான வளத்தை நாடுபவன் இந்த ஆற்றலை கண்டறியட்டும். அதை மனதில் ஊன்றி தன் செயல்பாடுகளில் வளர்த்தெடுக்கட்டும். அவன் இதில் வெற்றி பெறப் பெற இந்த புவியின் வலிமை மிக்க தலைவர்களுள் ஒருவன் ஆவான்.

இது தான் நேர்மையின் வலிமையான அசைக்க முடியாத தூண். தன் வாழ்வின் கோயிலில் இதைச் சரியாகக் கட்டுபவன் பேரருளையும் வளத்தையும் பெறுகிறான்.

5. நான்காவது தூண் - அமைப்பு

குழப்பத்தை ஏற்படுத்துவதற்கான சாத்தியத்தை முற்றிலும் தவிர்க்கும் ஒழுங்குமுறை கோட்பாடே அமைப்பு ஆகும். இயற்கை மற்றும் பிரபஞ்ச ஒழுங்குமுறையில் ஒவ்வொன்றும் அதனதன் இடத்தில் இருக்கிறது. எனவே இந்த பரந்த பிரபஞ்சம் மிகச் செம்மையான இயந்திரத்தை விட செம்மையாகச் செயல்படுகிறது. பரந்த வெளியில் ஏற்படும் ஒழுங்கின்மை பிரபஞ்சத்தின் அழிவைக் குறிக்கும். மனிதனது செயல்பாடுகளில் உள்ள ஒழுங்கின்மை அவனது பணி மற்றும் வளங்களை அழிக்கும்.

எல்லா நுட்பமான நிறுவனங்களும் ஒழுங்குமுறை அமைப்பாலேயே கட்டப்பட்டு இருக்கின்றன. எந்த வியாபாரமோ அல்லது கூட்டுறவு நிறுவனமோ ஒழுங்குமுறை அமைப்பின் துணையின்றி பெரிய பரிமாணத்தில் வளர முடியாது. அந்தக் கோட்பாடே வியாபாரி, வணிகன் மற்றும் நிறுவனங்களை நிர்வாகிப்பவனின் இன்றியமையாத கருவியாகும்.

ஒழுங்கின்மையோடு செயல்படும் மனிதன் வெற்றிப் பெறுவதற்கு பல துறைகள் இருக்கின்றன என்றாலும் அவன் ஒழுங்குமுறையில் கவனம் செலுத்தினால் அவனது வெற்றி அதிகரிக்கும். ஆனால், அவன் தனது குறைபாட்டை திருத்திக் கொள்ளாதிருக்கும் பட்சத்தில், அவன் வியாபாரத்தில் வெற்றிப் பெற முடியாது. அவன் வெற்றிப் பெற வேண்டும் என்றால் ஓர் ஒழுங்குமுறை அமைப்பைச் செயல்படுத்தும் மேலாளரின் நிர்வாகத்தின் கீழ் விட வேண்டும்.

வரையறுக்கப்பட்ட ஒழுங்குமுறை அமைப்பிற்கு உட்பட்டு தான் அனைத்துப் பெரும் வணிக நிறுவனங்களும் வளர்ந்துள்ளன. அவ்வரையறைகளை மீறுவது அந்நிறுவனங்களின் செயல்திறன் மற்றும் நல்ஒழுங்கை பாதிப்படையச் செய்யும். மிக நுட்பமான விஷயத்தையும் கவனத்தில் கொண்டு இயற்கையில் வடிவமைக்கப்பட்ட உடல் செயல்படுவது போலவே பெரிய வியாபார நிறுவனங்களும் அமைப்புகளும் கட்டமைக்கப்படுகின்றன. ஒழுங்குமுறையைக் கடைபிடிக்காத மனிதன் இறுதி விளைவைத் தவிர வேறு எதைப் பற்றியும் கவலைப்பட வேண்டாம் என்று நினைக்கிறான். ஆனால், அவன் வழிமுறைகளைச் சரிவர பின்பற்றாததால் வேண்டிய இறுதி விளைவு ஏற்படுவதையும் கெடுக்கிறான். வரிசைமுறையற்ற நுட்பமான செயல்பாடுகள் காரணமாக, உயிரினங்கள் அழியும்.

நுட்பமான விவரங்கள் புறக்கணிக்கப்படுவதால் நிறுவனத்தின் வளர்ச்சி தடுக்கப்படுகிறது அல்லது பணி நிறைவேறாமல் போகிறது.

ஒழுங்குமுறையைக் கடைபிடிக்காத மக்கள் ஏராளமான நேரத்தையும் ஆற்றலையும் வீணாக்குவார்கள். பொருட்களை வைக்க வேண்டிய இடத்தில் வைக்காமல் அதை தேடுவதற்காக அவர்கள் செலவிடும் நேரத்தை சேமித்திருந்தாலே அவர்கள் ஏதோ ஒரு வெற்றி அடைந்திருக்கலாம். கவனக்குறைவான மனிதர்கள் எந்த பொருளுக்கும் ஒரு இடத்தை தேர்வு செய்ய மாட்டார்கள். எல்லா பொருட்களையும் அவர்கள் வழக்கமாகத் தேடுவார்கள். அதுவும் நீண்ட நேரம் தேடுவார்கள், அது தேவைப்படும் போது. இவ்வாறு வேண்டும் பொருட்களைத் தினசரி தேடுவது அவர்களுக்குள் எரிச்சலை ஏற்படுத்தும். எந்த ஒரு திசையிலாவது செலுத்தி பயனடைந்து இருக்க உதவும் இவ்வளவு ஆற்றலும் வீணாகிவிட்டது.

ஒழுங்குமுறையைக் கடைபிடிக்கும் மக்கள் தங்கள் நேரம் மற்றும் ஆற்றலை சேகரிக்கிறார்கள். அவர்கள் எதையும் தொலைப்பது இல்லை. எனவே, அதைத் தேடுவதற்கு அவர்களுக்கு எந்த அவசியமும் இல்லை. ஒவ்வொன்றும் அதற்கே உரிய இடத்தில் இருக்கிறது. இருட்டில் இருந்தாலும் கை அதன் மீது சென்று விடும். அவர்களால் பதட்டமின்றி இருக்க முடியும். தன்

விருப்பமுடன் செயல்பட முடியும். எரிச்சல் அடைவதற்கு பதிலாக, கோபம் அடைவதற்கு பதிலாக, தங்களது ஒழுங்குமுறையின்மைக்கும் மற்றவர்களைக் குறை கூறுவதற்கு பதிலாக தங்கள் மன ஆற்றலை உருப்படியாக பயன்படுத்த முடியும்.

ஒழுங்குமுறை அமைப்பில் ஒரு வகையான மேதைத்தன்மை இருக்கிறது. கண்களுக்கு புலப்படும் வகையில் அது அதிசயங்களை எளிதில் நிகழ்த்தும். ஒழுங்குமுறையைக் கடைபிடிக்கும் மனிதனால் மிகப் பெரும் அளவிலான பணியையும் குறைந்த நேரத்தில் முடிக்க முடியும். அதுவும் எந்த வித அலட்டலோ களைப்போ அடையாமல், ஏறக்குறைய ஒரு அதிசயத்தைப் போல. அவன் வெற்றியின் படிக்கட்டுகளை உறுதியாக ஏறிக் கொண்டிருக்க அவனது கவனக்குறைவான போட்டியாளனோ நம்பிக்கையின்றி குழப்பத்தில் ஆழ்ந்து இருக்கிறான். ஒழுங்குமுறை விதிகளை மீறாமல் அதை கடைபிடிப்பதால், அவனால் இலக்கை வேகமாகவும், சுமுகமாகவும், உரசல்களோ நேர விரயமோ இன்றி அடைய முடிகிறது.

வணிக உலகின் அனைத்து துறைகளிலும், ஒழுங்குமுறை அமைப்பின் கட்டளைகள் சிறிய அளவிலும் மீறப்படாமல் கடைப்பிடிக்கப்படுவது கட்டாயத் தேவையாகும். அவ்வாறு மீறப்படுவது ஒருவகை நிதிநிலை திட்டமிடல்களை பாதிக்கும்

அபாயம் இருக்கிறது. ஒரு துறவிக்கு விதிக்கப்பட்டுள்ள புனித கட்டளைகளுக்கு அவை ஒப்பாகும். நிதியியல் உலகில் ஒழுங்குமுறையின் விதி ஒரு கட்டாயத் தேவை, அதை மீறாமல் கடைபிடிப்பவன் நேரத்தை, மன ஆற்றலை மற்றும் பணத்தை சேமிக்கிறான்.

மனித சமூகத்தில் நிலைபெற்ற ஒவ்வொரு சாதனையும் ஒரு ஒழுங்குமுறை அமைப்பின் அடிப்படையில் தான் நிலை கொண்டிருக்கிறது. இது எந்த அளவு உண்மை என்றால், அமைப்புகள் திரும்பப் பெறப்பட்டால் முன்னேற்றம் தடைபடும். உதாரணத்திற்கு, இலக்கியத்தில் பெரும் படைப்புகளை இயற்றிய நூலாசிரியர்களது படைப்புக்கள் மற்றும் கவிஞர்களது காவியங்கள், பெரும் உரைநடைகள், நினைவு சின்னங்களாக இருக்கும் வரலாறுகள், உணர்வைத் தூண்டும் பேச்சுரைகள் போன்றவைகளை நினைத்துப் பாருங்கள். இந்த அனைத்து ஆதாரவளங்களுக்கும் அடிப்படையாய் இருப்பது, தொடர் வளர்ச்சிக்கு உறுதுணையாய் இருப்பது குறிப்பிட்ட விதிகளுக்கு உட்பட்டு இயங்கும் மொழியின் எழுத்துக்களே.

கணிதத்தின் அற்புத உயர் சாதனைகள் எல்லாம் பத்து எண்களிலிருந்து பிறப்பெடுத்துள்ளன. ஆயிரத்திற்கும் மேற்பட்ட உதிரி பாகங்களை கொண்ட நுட்பமான இயந்திரமும் அதன் வடிவமைப்புக்கு ஏற்ப சத்தமின்றி மென்மையாகச்

செயல்படுகிறது. சில குறிப்பிட்ட இயந்திரவியல் விதிகளை முறையாக கடைபிடிப்பதால் மிக குழப்பமாக இருக்கும் ஒன்றை ஒரு ஒழுங்குமுறை அமைப்பு எளிமைப்படுத்துவதை இங்கே காண்கிறோம். கடினமாக இருந்த ஒன்றை சுலபமாக்குவதை காண்கிறோம். எல்லையில்லாத விவரங்களை ஒரு மைய விதிக்குள் கொண்டு வருகிறது அல்லது ஒரு வரிசையில் அடுக்குகிறது. எந்த குழப்பமுமின்றி செவ்வொழுங்குடன், அதைக் கையாள்வதற்கு வசதியாக.

நுண்ணோக்கி மூலம் காணப்படும் உயிரினத்திலிருந்து தொலைநோக்கி மூலம் காணப்படும் நட்சத்திரம் வரை பிரபஞ்சத்தில் எண்ணிலடங்கா விவரங்களை அறிவியலாளன் பெயரிட்டு வகைப்படுத்துகிறார். எத்தனையே மில்லியன் விவரங்களிலிருந்து குறிப்பிட்ட ஒரு விவரம் ஒழுங்குமுறை அமைப்பு கடைப்பிடிக்கப்படுவதால் சில நிமிடங்களிலேயே கண்டு எடுக்கப்பட முடிகிறது. அறிவு மற்றும் தொழில்களின் ஒவ்வொரு துறையிலும் இவ்வாறு குறிப்புணர்ந்து வேகமாக கண்டு எடுத்து செயல்படுதல் மிக முக்கியத்துவம் வாய்ந்தது ஆகும். இந்த அமைப்பு முறையால் மனிதகுலத்திற்கு உழைப்பும் நேரமும் சேமிக்கப்படுகின்றது. அதற்கு ஈடு இணை சொல்ல முடியாது. நாம் மத அமைப்புகள், அரசியல் அமைப்புகள் மற்றும் வணிக அமைப்புகள் என பல

அமைப்புகள் பற்றி பேசுகிறோம். ஒரு ஒழுங்குமுறை வரிசையின் காரணமாகவே இவை அனைத்தும் மனித சமூகத்தோடு ஒட்டி இருக்கின்றன.

முன்னேற்றத்துக்கான ஒரு சிறந்த அடிப்படை, உண்மையிலேயே அமைப்பு தான். உலகில் உள்ள பல கோடி மனிதர்களை ஒரு குடையின் கீழ் கொண்டு வருகிறது. அதே நேரம் ஒவ்வொருவரும் அவரவர் இடத்திற்காகப் போராடுகிறார்கள். எதிரெதிரான குறிக்கோள்களையும் ஆர்வங்களையும் கொண்டு ஒருவரோடு ஒருவர் போட்டி போடுகிறார்கள்.

இங்கே நாம் ஒரு அமைப்பின் பெருமையைப் பார்க்கிறோம். அமைப்பின் ஒழுங்குமுறைக்கு பயிற்சி பெற்றிராத பல தொகுதிகளான தனித்தனி நபர்களின் மனங்களும் ஒரு சில தனி நபர்களால், அமைப்பின் அவசியத்தைப் புரிந்து கொண்டுள்ள நபர்களால், அவற்றுக்கு உரிய இடத்தில் இடம்பெறுகின்றன. நிலையான விதிகள் மீறப்படாமல் இருப்பதை இது உறுதி செய்கிறது. வியாபாராமோ, சட்டமோ, மதமோ, அறிவியலோ அல்லது அரசியலோ மனித செயல்பாடுகளின் ஒவ்வொரு தளத்திலும், காரணம், இரண்டு மனிதர்கள் ஒரு செயல் நிறைவேற சந்திக்கும் மறு கணமே அவர்களுக்குள் குழப்பத்தை தவிர்க்க ஒரு பொதுவான புரிதல் தேவைப்படுகிறது. அதன்

அடிப்படையில் அவர்கள் தங்கள் செயல்களை முறைப்படுத்திக் கொள்வார்கள்.

குழப்பத்திற்கு இடம் கொடுக்க முடியாத அளவிற்கு வாழ்வு மிகவும் சிறியது. அமைப்பு முறைகளின் வழியே அறிவு வளர்ந்து முன்னேற்றம் நடைப்பெறுகிறது. அது பின்னடைவையும் பழைய நிலைக்கு மீண்டும் செல்வதை தவிர்க்கிறது. எவன் தனது அறிவையோ அல்லது வணிகத்தையோ முறைப்படுத்தி அமைக்கிறானோ எளிமைபடுத்தி வைக்கிறானோ அவன், அவனை அடுத்து பொறுப்பு ஏற்க வருபவனுக்கு அவன் விட்ட இடத்திலிருந்து தொடர வழிவகை செய்கிறான்.

நன்கு எண்ணெய் ஊற்றி பராமரிக்கப்படும் ஒரு பேரியந்திரத்தைப் போல ஒவ்வொரு பெரு வணிகத்தின் பல்வேறு துறைகளின் சுமுகமான செயல்பாட்டிற்கு அதன் ஒழுங்குமுறை அமைப்பே காரணமாக இருக்கிறது. எனது நண்பராக இருக்கும் குறிப்பிடத்தகுந்த வணிகர் ஒருவர் ஒருமுறை என்னிடம் கூறியதாவது தன்னால் தனது பெரு வணிகத்தை பன்னிரெண்டு மாதங்களுக்கும் கூட விட்டுச் செல்ல முடியும் என்றும் அது தனது வருகை வரையிலும் எந்த இடையூறும் இன்றி செயல்படும் என்றும் அதை பல மாதங்கள் தனது பயணங்களுக்காக விட்டுவிட்டு சென்றிருப்பதாகவும் கூறினார். தான் திரும்பும் போது ஒவ்வொரு ஊழியரும், கருவியும், புத்தகமும், இயந்திரமும்

மிகச் சிறிய விவரம் வரையிலும் அவற்றின் இடத்தில் செயல்பட்டு கொண்டிருக்கும், எந்த வித பிரச்சனையோ, சிக்கலோ குழப்பமோ இன்றி.

ஒழுங்குமுறையான தொடர் வழக்கமான ஓர் கையாளுதலின் மீது விருப்பமும் நாட்டமும் இல்லாமல் எந்த வகையான குறிப்பிடத்தகுந்த வெற்றியும் அடையப்பட முடியாது. தொடர் வழக்கத்தால் உராய்வுகள் தவிர்க்கப்படும், மனம் ஓய்வடையும், அதன் செயல்திறனும் அதிகரிக்கும். ஒழுங்குமுறையை புறக்கணிப்பவர்கள் மனங்கள் கட்டுப்பாடின்றி செயல்படும், கவனமாகவும் சீராகவும் சிந்திக்க மாட்டார்கள். தங்கள் பழக்க வழக்கங்களையும் செயல்பாடுகளையும் ஒழுங்காக நிர்வகிக்க மாட்டார்கள். தங்கள் வாழ்வில் பெரும் வெற்றியை அடைய மாட்டார்கள். தங்கள் வாழ்வை கவலைகள், பிரச்சினைகள், சிக்கல்கள் மற்றும் அற்ப சண்டைகளால் நிரப்பிக் கொள்வார்கள். அவர்கள் ஒரு சரியான ஒழுங்குமுறையை கையாண்டிருந்தால் இவை எல்லாம் மறைந்திருக்கும்.

ஓர் ஒழுங்குமுறையற்ற மனம் ஒரு பயிற்சியற்ற மனமாகும். எப்படி ஒரு ஓட்டப் பந்தயப் போட்டியில் பயிற்சி பெறாத வீரன் நன்கு பயிற்சி பெற்ற வீரர்களுடன் போட்டியிட்டு வெற்றி பெற முடியாதோ அது போலவே வாழ்வு என்னும் ஓட்டப்பந்தயத்தில் பயிற்சியில்லாத மனம்

பயிற்சியடைந்த மனங்களுடன் போட்டியிட முடியாது. வாழ்வின் பரிசுகள் அவை பொருள் அடிப்படையோ அல்லது மன அடிப்படையோ அல்லது அறநெறி அடிப்படையோ அவை தகுதி படைத்தவர்களுக்கு வழங்கப்படும் என தகுதியை வளர்த்துக் கொள்பவர்களுக்கே கிடைக்கும். ஒழுங்குமுறையற்ற மனம் எதுவும் போதும் என்று நினைக்கும். அவை ஒழுங்கை கடைபிடிக்கும் மனங்களுக்கு பின் தங்கியே இருக்கும். பணிக்கு வரும் எவன் ஒருவனால் அவனது கருவிகளைக் கண்டு எடுக்க முடியவில்லையோ அல்லது கணக்கைச் சரிவர செய்ய முடியவில்லையோ அல்லது அவனது மேசையின் சாவியைக் காண முடியவில்லையோ அவன் அவனாலேயே உருவாக்கப்பட்ட வலையில் சிக்கி தவிப்பான். ஒழுங்குமுறையைக் கடைபிடிக்கும் அவனது கூட்டாளியோ லேசான மனதுடன் எந்த குழப்பமுமின்றி சாதனை படிக்கட்டுகளை ஏறிக் கொண்டிருப்பான். எந்த வியாபாரியின் வழிமுறைகளாவது மிக மெத்தனமாகவோ அல்லது குழப்பமாகவோ அல்லது காலத்துக்கு பொருந்தாதாகவோ இருக்கிறது என்றால் தனது முன்னேற்றம் பின்னடைவதிற்கு அவன் தன் ஒருவனையே குற்றம் சாட்டிக் கொள்ள வேண்டும். அவன் விழித்து எழுந்து சிறப்பான பலன் தரும் வழிமுறைகளைக் கையாள வேண்டும். ஒவ்வொரு புது சிந்தனையையும் கண்டுபிடிப்பையும் அவனது

உழைப்பையும் நேரத்தையும் மிச்சப்படுத்தும் பட்சத்தில் செயல்பாடுகளை விரைந்து முடிக்க உதவும் என்றால் அவற்றை நடைமுறைப்படுத்த வேண்டும்.

ஒவ்வொரு உயிரினம், வணிகம், குணயியல்பு, தேசம், அரசாட்சி என எல்லாமே அமைப்பு என்ற விதியால் தான் கட்டப்பட்டிருக்கிறது. ஓர் ஒழுங்கான வரிசை முறையில் செல்லுடன் இன்னொரு செல், துறையுடன் இன்னொரு துறை, எண்ணத்துடன் இன்னொரு எண்ணம், பகுதியுடன் இன்னொரு பகுதி சேர்க்கப்பட்டு வகைப்படுத்தப்படுகிறது. இப்படியே நிறுவனங்கள், அமைப்புகள் வளர்ந்து முழுமை அடைகின்றன. எவன் ஒருவன் தன் வழிமுறைகளைத் தொடர்ந்து மேன்மை படுத்துகிறானோ அவன் உருவாக்கும், கட்டுமான ஆற்றலை வளர்த்துக் கொள்கிறான். தேவாலயமோ அல்லது குணயியல்போ, வணிகமோ அல்லது மதமோ எவன் உருவாக்கிக் கட்டுகிறானோ அவனைப் போன்றவர்களே பூமியின் வலிமை வாய்ந்தவர்கள், மனித குலத்தின் பாதுகாவலர்கள், முன்னோடிகள். ஒழுங்குமுறையைக் கடைப்பிடிப்பவன் உருவாக்குகிறான், கட்டுகிறான். ஒழுங்குமுறையைக் கடைப்பிடிக்காதவன் சிதைக்கிறான், உடைக்கிறான். ஒரு மனிதனது ஆற்றலுக்கு, அவனது குணயியல்பின் முழுமைக்கு, அவனது நிறுவனத்தின் ஈர்ப்பாற்றலுக்கு, அவனது வணிகத்தின் பரப்பு எல்லைக்கு எந்த வரையறையும்

இல்லை; ஆனால், அவன் ஒழுங்குமுறை அமைப்பை கடைப்பிடிக்க வேண்டும், ஒவ்வொரு விவரமும் அதற்கே உரிய இடத்தில் இருக்க வேண்டும். ஒவ்வொரு துறையும் அதற்கென இடப்பட்ட பணியை மேற்கொள்ள வேண்டும். ஒரு சிறப்பு செயல்பாட்டிற்கான தேவை ஏற்படும் போது அல்லது ஒரு புலனாய்வின் போது ஒவ்வொரு நுணுக்கமான விவரமும் பட்டியலிடப்பட்டு வகைப்படுத்தப்படும் நிலை இருக்க வேண்டும்.

ஓர் ஒழுங்குமுறை அமைப்பில் கீழ்காணும் உட்கூறுகள் அடங்கி இருக்கின்றன. அவை

1. செயல்பாட்டுக்கான தயார்நிலை

2. துல்லியமான செயல்பாடு

3. பயன்பாடு

4. தேவையான விவரங்களை உள்ளடக்கி இருத்தல்

செயல்பாட்டுக்கான தயார் நிலை என்பது உயிரோட்டமானது. ஒரு சூழ்நிலையை உடனடியாக கிரகித்து/ உள்வாங்கி/ உள்ளுணர்ந்து கையாளும் மன ஆற்றலே. ஓர் ஒழுங்குமுறையைக் கடைபிடிக்கும் போது இந்த ஆற்றல் தன்னால் வளரும். ஒரு திறமையான படைத்தளபதி, எதிரியின் தரப்பிலிருந்து முடுக்கி விடப்படும் ஓர் எதிர்பாராத நகர்வையும் கையாள்வதற்குத் தயாராக இருக்க வேண்டும். அதே போல ஒவ்வொரு வியாபாரியும்

தனது வணிகத்தில் ஏற்படக்கூடிய எதிர்பாராத நிகழ்வை கையாள்வதற்கு தயாராக இருக்க வேண்டும். ஒவ்வொரு மனிதனும் கூட எழக்கூடிய புதிய பிரச்சனைகளைச் சமாளிக்கும் அளவுக்கு கவனமுடன் சிந்தித்துச் செயலாற்ற தயாராக இருக்க வேண்டும். மெத்தனமாக செயல்படுவது வளமான வாழ்வுக்கு ஒரு தடைகல்லாகும். அது செயல்திறனின்மைக்கும் முட்டாள் தனத்திற்கும் இட்டுச் செல்கிறது. கைகளை, இதயங்களை, மூளையைத் தயார் நிலையில் கொண்டிருப்பவர்கள் தங்கள் செயல்பாடுகள் குறித்து நன்கு அறிந்திருப்பார்கள். அதை முறையாக செயல்திறனோடும் லாவகமாக பயன்பாட்டுக்கு உரிய வகையில் விரைந்து முடிப்பார்கள். அவர்கள் வளமான வாழ்வை ஒரு இலக்காகக் கொள்ள வேண்டாம். அவர்கள் அதைத் தேடிப் போகிறார்களோ இல்லையோ அதுவே அவர்களை நாடி வரும். வெற்றி அவர்களது கதவுகளைச் சென்று தட்டும். தங்களையும் அறியாமல் தங்களது வழிமுறைகளாலும் திறன்களாலும் அதைக் கட்டளையிட்டு வர வைக்கிறார்கள்.

அனைத்து வணிகம் மற்றும் கடைகளிலும் துல்லியமான செயல்பாடு மிக முக்கியமாகும். ஓர் அமைப்பு முறைக்கு அப்பாற்பட்டு எந்த ஒரு துல்லியமான செயல்பாடும் காணப்படாது. குற்றம் குறைகள் உள்ள அமைப்பில் சிறிய அல்லது பெரிய தவறுகள் ஏற்பட்டு அந்த அமைப்பை

நிறுவியவனை, அவன் அதை விரைந்து சீர் செய்யாது இருக்கும் பட்சத்தில், பெரும் சிக்கலில் மாட்டி விடும்.

துல்லியமில்லாத செயல்பாடு என்பது ஓர் பொதுவான குறைபாடு. அதற்குக் காரணம் துல்லியமான செயல்பாடு சுய ஒழுங்குடன் மிக நெருங்கிய தொடர்புடையது. சுய ஒழுக்கம் என்பது புற ஒழுக்கங்களுக்கு மகிழ்ச்சியுடன் தங்களை உட்படுத்திக் கொண்டு ஈடுபடுவதாகும். அது ஓர் உயர்ந்த அறநெறி ஒழுக்கத்தைச் சுட்டிக்காட்டுகிறது. பெரும்பான்மையோர் அதை இன்னும் அடைந்திருக்கவில்லை. துல்லியமான செயல்பாடுகளைக் கடைபிடிக்காத மனிதன் தனது மேற்பார்வையாளர் அல்லது முதலாளியின் ஒழுக்க விதிகளுக்கு விருப்பத்தோடு தன்னை உட்படுத்திக் கொள்ளாவிட்டால், அவனுக்கு அதைவிட மேலானது தெரியும் என்று இருந்தால், அவனது தோல்வியைத் தடுக்க முடியாது. அது ஒரு வணிக உலகாக இருந்தால் அவன் தன்னை தாழ்நிலைக்கு இட்டுச் செல்கிறான். அறிவு சார்ந்த உலகாக இருந்தால் குறைபாடுள்ள அறிவை வளர்த்துக் கொள்கிறான்.

துல்லியமில்லாத செயல்பாடு ஓர் தீங்கு ஆகும். அதன் விளைவுகள் தீங்கானதாக இருப்பதால் அதை தீங்கு என்றே கருத வேண்டும். துல்லியமில்லாத செயல்பாடு காரணமாக ஒரு நிகழ்வு அல்லது ஒரு கூற்று பெரும்பான்மை மக்களால் மீண்டும் மீண்டும் தவறாக உச்சரிக்கப்படுகிறது. சிலர் தான், (வேண்டுமென்றே பொய் கூறுபவர்கள் கணக்கில் கொள்ளப்படவில்லை) தாங்கள் கூறுவது துல்லியமாக இருக்க வேண்டும் என்று தங்களுக்கு பயிற்சி அளித்து கொள்கிறார்கள் அல்லது தாங்கள் கூறுவதில் தவறுகள் இருக்கலாம் என்று கவனமுடன் ஒப்புக்கொள்கிறார்கள். துல்லியமில்லாத செயல்பாடு என்னும் இந்த பொதுவான குறையால் பல பொய்களும் தவறான புரிதல்களும் எழுகின்றன.

நிறைய பேர் தாங்கள் சொல்வதை விட செய்வதில் துல்லியமாக இருக்க வேண்டும் என்று பெருமுயற்சி மேற்கொள்கிறார்கள். என்றாலும் இதிலும் கூட துல்லியமின்மை பொதுவாக காணப்படுகிறது. இதனால் பலர் செயல்திறன் குறைவானவர்களாகவும் தகுதி குறைவானவர்களாகவும் ஆகிறார்கள். அவர்களால் அவர்கள் விரும்பிய உயர்நிலையை எட்ட முடியவில்லை. எவன் ஒருவன் தனது நேரத்தின் ஒரு பகுதியை அல்லது தனது முதலாளி தனக்கு வழங்கியுள்ள நேரத்தில் ஒரு பகுதியை தனது

பிழைகளைத் திருத்தவே பயன்படுத்துகிறானோ அல்லது அந்த பிழைகளைத் திருத்த வேறொருவன் பணியமாத்தப்பட வேண்டிய நிலை இருந்தால் அவன் இன்றைய உலகில் உயர்ந்த பொறுப்பை வகிக்க முடியாது. வளமான வாழ்வை அவன் அடையும் வாய்ப்பு அதைவிட குறைவாகவே இருக்கும்.

தனது குறிப்பிட்ட வெற்றியை நோக்கி செல்லும் பாதையில் எந்த ஒரு தவறையும் செய்யாத மனிதன் இதுவரை வாழ்ந்ததில்லை. ஆனால் எவன் தகுதி வாய்ந்தவன், சரியான மனநிலையில் வாழ்பவன் என்றால் தனது தவறுகளை உணர்ந்து திருத்திக் கொள்பவன், அவை சுட்டிக்காட்டப்படும் போது மகிழ்ச்சியாக ஏற்றுக் கொள்பவன் தான். தகுதியை வளர்த்துக் கொள்ளாதவன், சரியான மனநிலையில் வாழாதவன் யார் என்றால் துல்லியமாக செயல்படாததை பழக்கமாகக் கொண்டு அத்தவறுகள் சுட்டிக்காட்டப்படும் போது அவற்றைத் திருத்திக் கொள்ளாமல் ஏற்க மறுப்பவனும் சுட்டிக்காட்டுபவனை தாக்குபவன் தான். முன்னேற்றத்தைச் செயல்படுத்தக்கூடிய மனிதன் தனது தவறுகளிலிருந்தும் மற்றவர்களது தவறுகளில் இருந்தும் பாடம் கற்கிறான். மற்றவர்களது அறிவுரையை நடைமுறைப்படுத்தி பார்க்கிறான். தனது வழிமுறைகளில் இன்னும் உயர்வான துல்லியத்தன்மையை அடைய ஆர்வம் கொண்டிருக்கிறான். இதன் பொருள், அவன்

செயல்பாடு செம்மையாக வேண்டும். ஒருவனது துல்லியமான செயல்பாட்டின் அளவீடு என்பது அவனது தனித்துவம் மற்றும் செம்மையான செயல்பாட்டின் அளவீடாகும்.

ஒருவன் தனது பணியை மேற்கொள்ளும் வழிமுறையின் நேரடி விளைவு தான் பயன்பாடு என்பது. உழைப்பு அமைப்பு முறையோடு மேற்கொள்ளப்படும் போது அது பலன் தரக்கூடியதாக, ஆதாயம் தரக்கூடியதாக இருக்கும். ஒரு தோட்டக்காரன் சிறந்த விளைச்சலைப் பெற வேண்டும் என்றால், அவன் விதைத்தலையும் நடுதலையும் மட்டும் செய்தால் போதாது, சரியான நேரத்தில் அதைச் செய்ய வேண்டும். ஒரு செயல் பலன்தரக்கூடியதாக இருக்க வேண்டும் என்றால் அது உரிய காலத்தில் செய்து முடிக்கப்பட வேண்டும். அது செய்யப்பட வேண்டிய காலத்தைப் புறக்கணித்துக் கடந்து செல்ல அனுமதிக்கக் கூடாது.

ஒரு செயல்பாட்டை நடைமுறைப்படுத்துவதன் இறுதி விளைவு பயன்பாடு தான். தேவையற்ற விஷயங்கள் மற்றும் வீண் கருத்துக்கள் ஒதுக்கப்பட்டு, வாழ்வின் பொருளாதாரத்தில் தேவையான விஷயங்கள் மட்டுமே நிலை பெறும்.

எது நடைமுறையில் சாத்தியம் என்பதை அறியாத மனிதர்கள் தேவையற்ற, அறுதியிட்டு சொல்ல முடியாத கருத்துக்களால் தங்கள் மனதை பாரமாக்குகிறார்கள். யூகங்களை ஊக்குவித்து தோல்வியை சந்திக்கிறார்கள். அவை தம் இயல்பாலேயே நடைமுறை சாத்தியத்திற்கு உட்படாதவை. வெறும் பேச்சாலோ அல்லது வாக்குவாதத்திலோ தனது ஆற்றலைக் காண்பிக்காமல் அதைத் தான் செய்யும் செயலில் காண்பிப்பவன், மனதால் மட்டும் உணரக்கூடிய மனோதத்துவ கருத்துக்கள், யூகங்களை தவிர்ப்பான். பயன்பாட்டை தரும் விளைவை அடைய தன்னை ஈடுபடுத்திக் கொள்வான்.

நடைமுறை சாத்தியம் இல்லாதவைளுக்கு மனதில் இடமளிப்பது மனதை பலவீனப்படுத்தும். அவை தூக்கி எறியப்பட வேண்டும், புறக்கணிக்கப்பட வேண்டும். சமீபத்தில் ஒரு மனிதன் என்னிடம் கூறியதாவது தனது கருத்துக்கு பயன்பாடு இல்லை என்று நிரூபிக்கப்பட்டாலும் தான் அந்த கருத்தைக் கைவிடக்கூடாது, காரணம், அது ஓர் அழகான கருத்து. வாழ்வில் எந்த பயன்பாடும் இல்லாத ஒரு கருத்தை, அது அழகான கருத்து என்று கூறி அதை இறுகப் பிடித்துக் கொண்டிருந்தால், அவன் உலக வாழ்வில் தோல்வி அடையும் பட்சத்தில் அவன் ஆச்சரியப்படக் கூடாது. காரணம், அவன் நடைமுறையோடு ஒத்துப் போகாதவனாக இருக்கிறான்.

யூகத்துக்கு உட்பட்ட கருத்துக்களிலிருந்து நடைமுறை சாத்தியத்திற்கு உட்பட்ட செயல்பாடுகளுக்கு மனதின் ஆற்றல் திசை திருப்பப்படும் போது, அது புறப்பொருள் அடிப்படையிலோ அல்லது அறநெறி சார்ந்த மன அடிப்படையிலோ, அவனது செயல்திறன், ஆற்றல், அறிவு மற்றும் செல்வ வளம் அதிகரிக்கும். ஒருவனது வளமான வாழ்வின் அளவுகோலாக இருப்பது அவன் சமூகத்துக்கு எவ்வளவு பயன்பாடு மிக்கவனாக இருக்கிறான் என்பதை பொறுத்தே. அவன் ஊக்குவிக்கும் கருத்துக்களால் அல்ல.

தச்சர் நாற்காலியை வடிவமைக்கிறார். கட்டிட வல்லுனர் வீட்டைக் கட்டி எழுப்புகிறார். மெக்கானிக் இயந்திரத்தை இயக்குகிறார். மெய்யறிவாளன் சிறந்த குணயியல்பை உருவாக்குகிறான். வெற்று யூகங்கள், கருத்துக்கள் மற்றும் முரண் கருத்துக்களை உருவாக்குபவர்கள் பூமியின் சாரமாக இருப்பதில்லை. ஆனால் உழைப்பாளர்கள், செயல்பாட்டாளர்களே பூமியின் சாரமாக இருக்கிறார்கள்.

கானல் நீராக தென்படும் அறிவுசார்ந்த யூகங்களிலிருந்து ஒருவன் தன்னை விலக்கிக் கொண்டு ஒன்றைச் செய்யத் தொடங்கட்டும். முழு ஆற்றலுடனும் அதை அவன் செய்யட்டும். அவன்

அது குறித்து ஒரு சிறந்த அறிவுத்திறனை பெறுவான். சிறப்பாற்றலை பெறுவான், தனது சக மனிதர்களிடையே தனக்கான தனித்துவமான இடத்தைப் பெற்று வளத்தையும் பெறுவான்.

தேவையான விவரங்களை உள்ளடக்கிய செயல்பாடு என்பது தொடர்புடைய பெரும் எண்ணிக்கையிலான நுட்பமான விவரங்களை, அவற்றை முழுமையாகக் கிரகித்து அவற்றை முழுமையாக ஒன்றிணைக்கும் அடிப்படையை உள்ளுணர்ந்து கையாளும் ஒருவனின் மன ஆற்றலாகும். இந்த சிறந்த குணயியல்பு ஒருங்கிணைக்கும் ஆற்றலையும் நிர்வகிக்கும் ஆற்றலையும் வழங்குகிறது. நுட்பமான விவரங்களுக்கு முறையான கவனத்தை வழங்குவதால் இந்த திறன் வளர்க்கப்படுகிறது. ஒரு வெற்றிகரமான வணிகன் தன் வணிகத்தின் அனைத்து விவரங்களையும் மனதில் கொண்டிருப்பான். அவனது குறிப்பிட்ட வணிகத்துக்கு ஏற்ற ஒரு அமைப்பை முறைப்படுத்தி அதை கடைப்பிடிப்பதால் இது சாத்தியமாகிறது. ஆராய்ச்சியாளன் தான் உருவாக்குகின்ற இயந்திரத்தைக் குறித்து அனைத்து விவரங்களையும் மனதில் கொண்டிருப்பான், அதன் மைய இயந்திரவியல் கோட்பாடுடன் தொடர்புபடுத்தி. அதனால் அவன் தன் உருவாக்கத்தை இன்னும் செம்மைப்படுத்துவான். ஒரு காவியம் அல்லது கதையின் ஆசிரியர் ஒரு

மையக் கருவிலிருந்து அதன் அனைத்துப் பாத்திரங்கள் மற்றும் சம்பவங்களைத் தொடர்புப்படுத்துவார். இவ்வாறு அது ஒரு முழுமையான இலக்கியப் படைப்பாகும். தேவையான விவரங்களை உள்ளடக்கிய செயல்பாடு என்பது ஒன்றிணைக்கும் அதே வேளையில் ஆய்வு செய்யும் ஒரு திறன். ஓர் ஒழுங்குமுறைப்படுத்தப்பட்ட மனதால் தான் இது முடியும். அந்த மனம் மேதைத்தன்மையை அடையவில்லை என்றாலும் அதற்கு மிக அருகில் இருக்கிறது. ஒவ்வொரு மனிதனும் மேதையாக முடியாது. அதற்கான அவசியமும் இல்லை. ஆனால் அவன் தன் தொழிலில் கவனமுடன் செயல்பட்டு படிப்படியாக தன் மன ஆற்றல்களை வளர்த்துக் கொள்ள வேண்டும். அவனது ஆற்றல்கள் பெருகுவதற்கு ஏற்ப அவன் அறிவு கூர்மை வளரும். அவனது வளமும் பெருகும்.

வளமான வாழ்வு என்னும் ஆலயத்தின் நான்கு மூலையிலும் இருக்கும் தூண்கள் இவை தான். மீதமுள்ள நான்கு தூண்களின் துணையில்லாமலேயே இவை நிரந்தரமாக நிற்க முடியும். ஆற்றல், பொருளாதாரம், நேர்மை மற்றும் அமைப்பு என்னும் நான்கில் தன்னை செம்மைப்படுத்திக் கொள்பவன், தன் வாழ்வின் பணியில் நிச்சயம் வெற்றி பெறுவான். அந்த பணியின் தன்மை எப்படிப்பட்டதாக இருந்தாலும் சரி. எவன் ஒருவன் ஆற்றல் மிக்கவனாக

இருக்கிறானோ, தனது நேரத்தையும் பணத்தையும் ஆற்றலையும் கட்டுப்படுத்தி பொருளாதாரத்தைச் சரியாக நிர்வகிக்கிறானோ, நேர்மையிலிருந்து பிறழாமல் இருக்கிறானோ, தனது மனதை முறைப்படுத்தி அமைப்பதன் வாயிலாக தனது பணியை முறைப்படுத்தி அமைக்கிறானோ, அவன் தோல்வி அடைவதற்கு சாத்தியம் இல்லை.

அத்தகைய மனிதனின் முயற்சிகள் சரியான திசையில் செலுத்தப்படும், அதுவும் ஒருமுகப்படுத்தப்பட்ட ஆற்றலோடு. அவன் ஓர் ஆளுமையையும் சுய கவுரவத்தையும் அடைவான். அது அவன் அறியாமலேயே அவனுக்கு மதிப்பையும் வெற்றியையும் வரவழைக்கும். பலவீனமானவர்களுக்கு அவனது இருப்பு ஒரு பலத்தைக் கொடுக்கும். "தன் தொழிலில் முழு கவனமுடன் செயல்படுபவன், அரசர்கள் முன் நிற்பானே ஒழிய அற்பர்கள் முன் நிற்க மாட்டான்" என்று ஒரு பழமொழி சொல்கிறது. அவன் கெஞ்ச மாட்டான், அழுக மாட்டான், புகார் சொல்ல மாட்டான் அல்லது மற்றவர்கள் மீது பழி போட மாட்டான். அவன் தாழ்நிலைக்கு செல்ல இயலாத அளவிற்கு மிக வலிமையானவனாக, தூய்மையானவனாக, நேர்மையானவனாக இருப்பான். தனது குணயியல்பின் ஒருமையிலும் உயர்விலும் நிற்பதால், மனிதர்களது மதிப்பீட்டிலும் உலகிலும் ஓர் உயர்ந்த இடத்தை அவன் காண்பான். அவனது வெற்றி உறுதியாகும்.

அவனது வளமான வாழ்வு நீடித்து இருக்கும். "அவன் வாழ்க்கை போராட்டத்தில் நிச்சயம் வெற்றி பெறுவான்".

6.ஐந்தாவது தூண் - இரக்க குணம்

மீதம் உள்ள நான்கு தூண்களும் வளமான வாழ்வு என்னும் ஆலயத்தின் நான்கு மையத் தூண்களாகும். அவை அதற்கு வலிமையையும் உறுதியையும் வழங்குகின்றன. அதன் பயன்பாட்டையும் அழகையும் அதிகரிக்கின்றன. அதன் ஈர்ப்புத்தன்மைக்குப் பெரிதும் பங்களிக்கின்றன. காரணம், அவை உயர்ந்த அறநெறி தளத்திற்கு உரியவை. எனவே, அவை பேரழகையும் உயர்குணயியல்பையும் வழங்குகின்றன. அவை தான் ஒரு மனிதனை உண்மையிலேயே பெரிய மனிதன் ஆக்குகின்றன. அரிதான பெருமனங்களை உடைய ஒரு சிலர் இடையே அவனை அமர்த்தி வைக்கின்றன. அப்பெருமனங்கள் தூய்மை மற்றும் பேரறிவால் மின்னும்.

மேலோட்டமான செயற்கையான உதட்டளவிலான பரிவிரக்க வார்த்தைகளை இரக்க குணத்துடன் குழப்பிக் கொள்ளக்கூடாது. அவை வேரில்லாத அழகிய மலரைப் போல எந்த விதையையோ அல்லது கனியையோ வழங்காமல் விரைவில் வாடும். தொலைதூரத்தில் நடக்கும் துயரச் சம்பவம் கேட்டு விம்மி அழுவது இரக்கம் அல்ல. மற்றவர்களுக்கு எதிரான அநியாயங்களையும் கொடுமைகளையும் கண்டு கோபத்தால் வெடிப்பது இரக்கம் ஆகாது. ஒருவன் வீட்டில் கொடுமைக்காரனாக இருக்கிறான் என்றால் அவன் மனைவியை கொடுமைப்படுத்துகிறான், பிள்ளைகளை அடிக்கிறான் அல்லது பணியாட்களை அவமானப்படுத்துகிறான் அல்லது அண்டை வீட்டுக்காரனைக் கசப்புணர்வோடு வம்பிழுப்பது ஆகியவற்றை திருத்திக் கொள்ளாமல் அவனது உடனடி எல்லைக்கு அப்பால் உள்ளவர்கள் மேல் அவன் கொள்ளும் இரக்கம் என்பது அவன் அன்பானவனாக வேடம் தரிப்பதாகும். அவனைச் சுற்றி உள்ள உலகின் மீது அவன் கொண்டுள்ள கோபமும் கடுமையான உள்ளமும் அவனது போலியான இரக்கத்தை வெளிக்காட்டாது. எமர்சன் சொல்கிறார், "உன் குழந்தையை நேசி, உன் விறகை வெட்டித் தருபவனை நேசி, இரக்கத்தோடும் கனிவோடும் அவர்களிடம் நடந்து கொள். அந்த நுட்பமான உணர்வு உனக்கு வேண்டும். ஆயிரம் மைலுக்கு

அப்பால் உள்ள கருப்பினத்தவருக்கு, உங்களுடைய உதவியை வழங்க முடியாத இலட்சிய அன்பிற்காக, இந்த மென்மையான அன்பை தொலைத்து விடாதீர்கள்."

ஒருவனைப் பற்றி அறிந்து கொள்வதற்கான பரிசோதனை அவனது உடனடி செயல்பாடுகளில் தான் காணப்படுமே தவிர அவன் கொண்டிருக்கும் போலியான இரக்கத்தால் அல்ல. அவனது செயல்பாடுகள் சுயநலம் கொண்டதாகவும் கசப்புணர்வோடும் இருந்தால், அவனது வீட்டில் உள்ளவர்கள் அவன் காலடி ஓசை கேட்டு அஞ்சினால், அவன் வெளியேறும் போது நிம்மதி பெருமூச்சு விட்டால், துன்பப்படுபவர்களுக்கும் அல்லது கீழ் நிலையில் இருப்பவர்களுக்கும் அவன் வெளிப்படுத்தும் இரக்கம் எவ்வளவு வெற்றுத் தன்மை வாய்ந்தது? அறநெறி கழகங்களில் அவன் கொண்டிருக்கும் உறுப்பினர் பதவி எவ்வளவு வெறுமையானது?

இரக்கத்தின் கிணறு, கண்ணீர் ஊற்றுகளுக்கும் நீர் வார்க்கும் என்றாலும், கண்ணீர் ஊற்றுக்கள் பெரும்பாலும் தம் இருப்பைச் சுயநலத்தின் இருண்ட குளத்திலிருந்தே கொள்கின்றன. காரணம், சுயநலம் தாக்கப்படும்போது அது கண்ணீர் வடிக்கின்றது.

இரக்கம் என்பது ஓர் ஆழமான, அமைதியான இன்னது என்று விளக்க முடியாத ஒரு மென்மை குணமாகும். தான் என்பதை மறந்து தொடர்ந்து செயல்படுவதால் வெளிப்படும் கனிவான குணயியல்பாகும். இரக்கமானவர்கள் அவசரப்பட்டு ஒழுங்கற்று இருக்க மாட்டார்கள். ஆனால் சுயக்கட்டுப்பாட்டோடு, உறுதியாக, அமைதியாக, எந்த முன் அபிப்பிராயமும் கொள்ளாமல் கனிவாக இருப்பார்கள். எதற்கும் கலங்காத அவர்களது உடல்மொழி, மற்றவர்களது துன்பம் தொடர்பில், ஆழமாக நினைக்கத் தெரியாத மனங்களால் இரக்கமில்லாதது என பெரும்பாலும் தவறாகப் புரிந்து கொள்ளப்படுகிறது. ஆனால் மற்ற கைகள் ஏதும் செய்யாமல் அல்லது ஏதாவது தவறாகச் செய்து கொண்டிருக்கும் வேளையில், துன்பத்தை உணரும் இரக்கமுள்ளவர்களின் கண்கள் அந்த வலியை அடையாளம் காணும், அவர்களுக்கு உதவ விரைந்து செயல்படும்.

இரக்கமின்மை என்பது இழிகுணத்தாலும், அநாகரீகமான வேடிக்கை பேச்சாலும், கசப்பான நகைச்சுவையாலும், கேலி, கிண்டல் மற்றும் கோபம் மற்றும் கண்டனங்களால் வெளிப்படுகிறது. செயல்படுத்துவதற்கு எந்த அடிப்படையும் இல்லாத போலியான நாடகத்தனமான, இரக்கம் என்று பெயரளவில் கருதப்படும் ஒன்றாலும் அது வெளிப்படுத்தப்படுகிறது.

இரக்கமின்மை அகம்பாவத்திலிருந்து எழுகிறது. இரக்கம் அன்பிலிருந்து எழுகிறது. அகம்பாவத்தோடு அறியாமை இணைந்திருக்கிறது. அன்போடு அறிவு துணை நிற்கிறது. மனிதர்கள் பொதுவாகத் தாங்கள் மற்றவர்களிலிருந்து வேறுபட்டவர்கள், தங்களுக்கு என்று தனித்து குறிக்கோள்களும் ஆர்வங்களும் இருப்பதாகக் கருதிக் கொள்வார்கள். மற்றவர்களது வழிமுறையை விட தங்கள் வழிமுறையே சரி என்று நினைப்பார்கள். சுயத்தை மையமாகக் கொண்ட இத்தகைய மனநிலையிலிருந்து இரக்கம் ஒருவனை மேலுயர்த்தும். மற்றவர்களது இதயங்களில் வாழ்ந்து அவர்களுக்காக சிந்திக்கவும் உணர்ந்து செயல்படவும் செய்யும். அவன் அவர்களாக இருந்தால் எப்படி நடந்து கொள்வான் என்று அவர்களிடத்தில் தன்னை வைத்துப் பார்ப்பான். அந்த நேரம் அவன் அந்த மற்ற நபராகவே மாறுவான். கவிஞர் விட்மேன் "நான் காயம்பட்டவனிடம் அவன் வலி என்ன என்று கேட்க மாட்டேன், நானாகவே உணர்ந்து அறிந்து கொள்வேன்" என்கிறார். துன்பப்படுபவனை கேள்விகளால் துளைக்கக் கூடாது. துன்பமானது உதவியையும் கனிவையும் எதிர்பார்க்கிறது. பிறர் விஷயத்தில் தலையிடும் முன்ஆர்வத்தை அல்ல. இரக்கமுள்ளவன் அதை உணர்ந்து துன்பப்படுபவன் துன்பத்திலிருந்து மீள உதவுவான்.

இரக்க குணத்தால் சுய தம்பட்டம் அடித்துக் கொள்ள முடியாது. எங்கெல்லாம் தற்புகழ்ச்சி உள்நுழைகிறதோ அங்கே இரக்கம் வெளியேறுகிறது. ஒருவன் தான் செய்த பல இரக்கமான செயல்பாடுகளைப் பற்றிக் கூறி, அதற்குப் பதிலாகத் தனக்குக் கிடைத்த அவமதிப்புகள், தான் தவறாக நடத்தப்பட்ட விதத்தைப் பற்றி புகார் கூறினால், அவன் அந்த இரக்கமான செயலை செய்திருக்கவில்லை. இரக்கத்தின் இனிமையான அந்த தன்னை மறந்திருக்கும் நிலையை அவன் இன்னும் அடையவில்லை.

இரக்கம் என்பது அதன் உண்மையான ஆழமான அர்த்தத்தில் என்னவென்றால் மற்றவர்களது பாடுபடுதல் மற்றும் துன்பங்களுடன் ஒன்றி இருத்தல் ஆகும். எனவே இரக்கம் உள்ளவன் என்பவன் பல மனிதர்களைத் தனக்குள் உள்ளடக்கியவன் ஆவான். அவன் ஒரே விஷயத்தைப் பலரது கோணத்தில் இருந்து பார்ப்பான். தன்னுடைய ஒரே கோணத்தில் இருந்து மட்டுமல்ல. அவன் மற்றவர்களது கண்களின் வழியாக காண்பான். அவர்களது காதுகள் வழியாக கேட்பான். அவர்களது மனங்களின் வழியாக சிந்திப்பான். அவர்களது இதயங்களின் வழியாக உணர்வான். இதனால் அவன் தன்னில் இருந்து பல

வகையில் வேறுபட்டவர்களைப் புரிந்து கொள்ள முடியும். அவர்களது வாழ்வின் அர்த்தம் அவனுக்கும் வெளிப்படுத்தப்படுகிறது. அவனது உள்ளத்தின் நல்லெண்ணத்தால் அவன் அவர்களோடு ஒன்றியிருக்கிறான். ஃபிரெஞ்ச் நாவல் ஆசிரியர் பால்சாக் "ஏழைகள் என்னைப் பரவசப்படுத்துகிறார்கள். அவர்களது பசி என்னுடைய பசி. அவர்களுடன் நான் அவர்களது வீட்டில் இருக்கிறேன். அவர்களது துன்பத்தை அனுபவிக்கிறேன். பிச்சைக்காரன் முதுகில் சுமக்கும் பொதியை நான் என் முதுகில் உணர்கிறேன். ஒதுக்கப்பட்டவனாக, ஏழையாக நான் அந்த நேரம் மாறுகிறேன்". இது நமக்கு ஒரு வாசகத்தை நினைவூட்டுகிறது. அதாவது "துன்பப்படும் ஓர் உயிருக்கு செய்யப்படும் உதவி தனக்கு செய்யப்படும் உதவி". இதைக் கூறியவர் பால்சாக்கை விட உயர்ந்த ஞானி ஆவார்.

எனவே, இரக்கம் என்பது அனைவர் இதயங்களுக்கும் நம்மை அழைத்துச் செல்கிறது. நாம் அவர்களது உள்ளங்களுடன் ஒன்றுபட்டு இருக்கிறோம். அவர்கள் துன்பப்படும்போது நாம் வலியை உணர்கிறோம். அவர்கள் ஆனந்தப்படும்போது நாம் மகிழ்ச்சி அடைகிறோம். அவர்கள் அவமானப்படுத்தப்பட்டு தண்டிக்கப்படும்போது நாம் உள்ளத்தளவில் அவர்கள் இதயத்தின் ஆழத்திற்குள் இறங்கி அவர்கள் படும் அவமானத்தையும்

வேதனையையும் நம் உள்ளத்தில் உணர்கிறோம். இரக்கத்தின் இந்த இரண்டறக்கலக்கும் தன்மை கொண்ட ஒருவனால் தனது சக மனிதர்கள் மீது வஞ்சகமான கூற்றுக்களையோ அல்லது கவனமின்றி கண்டன வார்த்தைகளையோ கூறமுடியாது. காரணம் அவன் இதயத்தின் மென்மையால் அவர்களது வலியை உணர்ந்த வண்ணம் இருக்கிறான்.

ஆனால், இரக்கத்தின் இந்த கனிந்த நிலையை அடைய வேண்டும் என்றால் ஒருவன் அதிகம் அன்பு செலுத்தியிருக்க வேண்டும், அதிகம் துன்பத்தை அனுபவித்திருக்க வேண்டும், துக்கத்தின் இருண்ட ஆழத்தின் ஓசையை அவன் கேட்டிருக்க வேண்டும். மிக ஆழமான, உண்மையான அனுபவங்களின் வாயிலாக அது எழுகிறது. இரக்கத்தைக் கொண்டிருப்பவன் இதயத்தில் சுயநலம், ஏமாற்று, கவனமின்மை ஆகியன முற்றிலுமாக எரிந்து ஒழிந்திருக்கிறது. துன்பத்தையும் துக்கத்தையும் ஒரு அளவிற்கேனும் அனுபவிக்காத ஒருவன் உண்மையான இரக்கத்தைக் கொண்டு இருக்க முடியாது. ஆனால் அந்தத் துன்பமும் துக்கமும் ஒரு நிலையான இரக்கமாகவும் சாந்த குணமாகவும் கனிந்திருக்க வேண்டும்.

ஒரு குறிப்பிட்ட வகையில் அதிகத் துன்பப்பட்டு அந்தத் துன்பம் ஓய்ந்த பின், அதன் விளைவாகக்

கிடைத்த அனுபவத்தின் மெய்யறிவு மட்டுமே மீதமிருக்கும் போது, அத்தகைய ஒருவனால், எங்கெல்லாம் அத்துன்பம் வெளிப்படுகின்றதோ, அதைப் புரிந்து கொண்டு தூய்மையான இரக்கத்துடன் அதைக் கையாள முடியும். ஒருவன் பல வகையிலும் துன்பப்பட்டு அத்துன்பத்தால் தன்னை செம்மையானவனாக மாற்றிக் கொண்டிருக்கும் போது, அவன் தான் அனுபவித்து வென்ற துன்பங்களை, அனுபவித்துக் கொண்டு துக்கப்பட்டு இதயம் உடைந்து இருப்பவர்களுக்கு ஆறுதல் அளிக்கும் புகலிடமாக, தேற்றி விடும் மையமாக இருக்கிறான். தனது குழந்தையின் துன்பம் கண்டு மனமுருகி செயல்படும் தாயைப் போல, இரக்கமுள்ளவன் துன்பப்படுபவர்களின் வேதனையை கண்டு மனம் இறங்குகிறான்.

மிக உயர்ந்த, புனிதமான இரக்கம் என்பது இது தான். ஆனால், இந்த அளவிற்குச் செம்மையானதாக இல்லை என்றாலும், இரக்கம் என்பது மனித வாழ்வின் நன்மைக்கு ஒரு பெரும் ஆற்றலாக இருக்கிறது. இரக்கத்தின் ஓரளவாவது எங்கும் எப்போதும் தேவைப்படுகிறது. மனித வாழ்வின் ஒவ்வொரு துறையிலும் இரக்கமுள்ள மனிதர்கள் காணப்படுகிறார்கள் என்கிற நிதர்சனமான உண்மை நிலையால் ஒருவன் மகிழ்ந்தாலும் கடுமையான மனநிலை, மனக்கசப்பு மற்றும் கொடூரத்தன்மை எங்கும் பொதுவாக நிலவுகிறது என்பதை மறுப்பதற்கில்லை. இந்த

கடுமையான குணயியல்புகள் தங்களுக்கே உரிய துன்பத்தைக் கொண்டு வருகின்றன. இத்தகைய கடுமையான குணயியல்புகளை ஒருவன் தன்னியல்யாக வணிகத்திலோ அல்லது வேறு செயல்பாடுகளில் வெளிப்படுத்துவதால் மட்டுமே அவர்கள் அதில் தோல்வியுறுகிறார்கள். எப்போதும் கடுமையாகவும் கோபமாகவும் இருக்கும் ஒருவன், இறுக்கமாகவும் சுயலாப கணக்கை எப்போதும் போடும் ஒருவன், எவனது இதயத்தில் இரக்கத்தின் ஊற்று வற்றிவிட்டதோ, எவன் மற்ற வகைகளில் எல்லாம் தகுதியானவனாக இருந்தாலும், இறுதியில் அவனது செயல்திட்டங்களில் தோல்வியடைவான். அவனது முட்டாள்தனமோ அல்லது இறுக்கமான மனநிலையோ ஏதோ வகையில் படிப்படியாக அவனை அவன் சக மனிதர்களிடமிருந்தும் அவனது குறிப்பிட்ட செயல்பாட்டில் உடனடி தொடர்பில் இருப்பவர்களிடமிருந்தும் அவனைத் தனிமைப்படுத்தும். எனவே வளமான வாழ்விற்கான கூறுகள் அவனிடமிருந்து பிரிகிறது. நம்பிக்கையற்ற தனிமையான தோல்வியில் அவனை தவிக்க விடுகின்றன.

சாதாரணமான வணிகப் பரிமாற்றங்களிலும் கூட இரக்கம் ஒரு முக்கிய பங்கு வகிக்கிறது. காரணம், இரக்கமும் நட்புத் தன்மையும் உள்ளவர்கள் பால் மக்கள் எப்போதும் ஈர்க்கப்படுவார்கள். கடினமாக, தடை ஏற்படும் வண்ணம் பேசுபவர்களுடன் ஈடுபடுவதை விட, அவர்களுடன் பரிமாற்றத்தில்

ஈடுபட விரும்புவார்கள். எங்கெல்லாம் நேரடி தொடர்பு ஒரு முக்கிய பங்கு வகிக்கிறதோ, சராசரி திறன்களை உடைய இரக்கமுள்ளவன், அதிக திறன் வாய்ந்த இரக்கமற்றவனை விட முன்னிலையில் இருப்பான்.

ஒருவர் தேவாலயத்தில் ஊழியராக இருக்கிறார் என்றால், அவரிடமிருந்து வெளிப்படும் ஒரு கொடுமையான சிரிப்பு அல்லது இரக்கமற்ற வார்த்தை அவரது மதிப்பையும் ஈர்பாற்றலையும் பெரிய அளவில் பாதிக்கும். அவரது நல்லியல்புகளைப் போற்றுபவர்கள் கூட, அவரிடமிருந்த வெளிப்பட்ட இரக்கமற்ற தன்மையின் காரணமாக தங்களையும் அறியாமல் தங்களது மதிப்பீட்டில் அவரை இறக்குவார்கள்.

வணிகன் ஒருவன் மதத்தைப் பின்பற்றுபவனாக இருந்தால், மக்கள் அந்த மதத்தின் நல்ல தன்மைகள் அவனது வணிகப் பரிமாற்றத்தில் வெளிப்பட விரும்புவார்கள். ஞாயிற்றுக்கிழமை அன்று இரக்கமான இயேசுவை வழிபடுபவராக இருந்து மற்ற நாட்களில் எல்லாம் கடுமையான சாத்தானை வழிபடுபவராக இருப்பது அவரது வணிகத்தைப் பாதிப்பதோடு அவரது வாழ்வின் வளத்தையும் குறிப்பிட்டு அளவு குறைக்கும்.

இரக்கம் என்பது பிரபஞ்சம் எங்கும் உணரப்படும் ஒரு ஆன்மீக மொழி. விலங்குகளும் கூட அதைத் தன்னுணர்வால் தம்மையும் அறியாமல் உணர்ந்து அதற்கு இசையும். காரணம், அனைத்து உயிரினங்களும் படைப்பினங்களும் துன்பத்திற்கு உட்பட்டவை. அனைத்து உயிர்களுக்கும் ஏற்படும் இந்தத் துன்பமான அனுபவம் அவர்களுக்கு இடையே ஒரு ஒன்றுபடும் உணர்வைத் தருகிறது. அதுவே இரக்கமாகும்.

சுயநலம் என்பது மற்றவரைப் பலி கொடுத்துத் தன்னைக் காப்பாற்றிக் கொள்ள விளையும். இரக்கம் என்பது தன்னை விலையாகத் தந்து மற்றவரைக் காப்பாற்ற விளையும். சுயநலத்தைத் துறக்கும் இந்தச் செயலால் உண்மையில் எந்த நட்டமும் இல்லை. சுயநலத்தின் இன்பங்கள் சிறிதும் சிலதுமாக இருக்கும் போது இரக்கத்தின் பேரருள் பெரிதும் பலவற்றுமாக இருக்கின்றது.

ஒரு வணிகன், தனது வணிகத்தை வளர்ப்பதை குறிக்கோளாகக் கொண்டு இருக்கும் ஒருவன், எப்படி தன்னல துறப்பை மேற்கொள்ள முடியும் என்று இங்கே கேட்கப்படலாம். ஒவ்வொரு மனிதனும் தன்னல துறப்பை தான் இருக்கும் இடத்தில் கடைபிடிக்க முடியும். அதை அவன் புரிந்துக் கொள்ளும் அளவு கடைபிடிக்க முடியும். ஒருவன் தனது சூழல் வேறாக இருந்தால், அவனால் ஒரு அறநெறி தன்மையைக் கடைபிடிக்க

முடியும் என்று ஒருவன் தன்னைத் தற்காத்துக் கொள்வான் என்றால், அவன் அந்த வேறான இன்னொரு சூழலிலும் ஏதாவது சாக்குச் சொல்லி தன்னைத் தற்காத்துக் கொள்வான். வணிகத்தைப் பொறுப்போடுச் செய்வது என்பது தன்னலத் துறப்போடு ஒத்துப் போகாதது அல்ல. வணிகம் என்பது ஒரு கடமை, சுயநலம் அல்ல. சுயநலம் கலக்காத கடமை என்று கொள்ளலாம். எனக்கு ஒரு வணிகரைத் தெரியும். அவர் தன்னை தொழிலிலிருந்து விரட்ட நினைத்த ஒரு போட்டியாளரிடம் இருந்து தன்னை அப்புறப்படுத்திக் கொண்டு தோல்வியுற்றார். தன்னல மறுப்பின் அழகிய செயல்பாடு. ஆனால் அவர் இன்று ஒரு வெற்றிகரமான, வளமான வணிகன். அந்த போட்டியாளர் தொழிலில் வீழந்த போது அவரை மீண்டும் தூக்கி விட்டார்.

வணிகப் பயணங்கள் மேற்கொள்ளும் நான் அறிந்த மிக வளமான வணிகர் ஒருவர் இரக்கமும் கனிவும் ததும்பி வழிய எப்போதும் காணப்படுவார். வணிகத்தின் தில்லுமுல்லுகளை அறியாத கள்ளமில்லா குழந்தையுள்ளத்தோடு இருப்பார். ஆனால் அவரது நிமிர்ந்த நன்னடையும் நேர்கொண்ட பார்வையும் பேரிதயமும் அவர் செல்லுமிடமெல்லாம் அவருக்கு நண்பர்களைத் தேடித் தந்தது. மக்கள் அவர் தங்கள் கடை அல்லது தொழிற்சாலை அல்லது ஆலைக்கு வருவதை விரும்பினார்கள். அவர் தம்மோடு கொண்டு வரும்

உற்சாக மனநிலைக்காக மட்டுமல்ல, ஆனால் அவரது வணிகமும் சிறப்பாகவும் நம்பிக்கைக்கு உரியதாகவும் இருந்தது.

இந்த மனிதர் தம்முடைய இரக்க குணத்தாலேயே பெரும் வெற்றிப் பெற்றார். அவரது இரக்க குணம், எந்தச் சுயநல கலப்பும் இல்லாததாக இருந்தது. அவரது வெற்றிக்கு அது தான் காரணம் என்றால் அவரே அதை மறுத்திருப்பார். இரக்கம் ஒருவரது வெற்றியை ஒருபோதும் தடுக்காது. சுயநலம் தான் ஒருவரது வெற்றியை தடுத்து அழிக்கும். நல்லெண்ணம் வளரும் போது ஒருவனது வளம் வளர்கின்றது. அனைத்தும் ஒன்றை ஒன்று சார்ந்து இருக்கின்றன. அவை ஒன்றாக நிற்கும் அல்லது ஒன்றாக விழும். இரக்கம் ஒருவனது இதயத்தை பரந்து விரிந்ததாக்குகிறது. அவனது ஈர்ப்பின் வீச்சை அதிகமாக்கிறது. அருள் செல்வம் மற்றும் பொருள் செல்வம் என்ற இரண்டையும் வழங்குகிறது.

இரக்கம் என்னும் அறநெறி தன்மை பின்வரும் இந்த நான்கு கூறுகளில் உள்ளடங்கி இருக்கிறது

1. அன்பான உள்ளம்

2. தாராள உள்ளம்

3. கனிவு

4. உள்ளுணர்வு

அன்பான உள்ளம் என்பது அதன் முழு வளர்ச்சிப் பெற்றிருக்கும் நிலையில்-, ஒரு கடந்து செல்லும் உந்துதல் அல்ல, ஆனால், ஒரு நிரந்தரமான தன்மை. ஓர் இடைக்கால, நம்புவதற்கு இயலாத உந்துதலுக்கு அன்பு என்ற பெயர் ஆகாது. பல தடவை அது அவ்வாறு அழைக்கப்படுகிறது என்றாலும் பாராட்டை தொடர்ந்து அவமதிப்பு நிகழ்ந்தால் அதில் அன்பு இல்லை. ஒரு முத்தத்தை தந்த பின் வஞ்சத்தை துப்பினால் அது காதலாகாது. உயர்வாக மதிக்கப்பட்ட பரிசு, அதன் மதிப்பை இழக்கும், அதை வழங்கியவர், அதற்கு ஈடான ஒன்றைத் திரும்பி கேட்டால். ஏதோ ஒரு புற உந்துதலின் காரணமாக ஒருவருக்கு ஓர் அன்பான செயலை செய்ய தலைப்படுவதும், பின்பு விரைவில் வேறொரு விரும்பத்தகாத புற நிகழ்வின் காரணமாக அதே நபருக்கு அன்பற்ற செயலை செய்வதும் குணயியல்பின் பலவீனமாகக் கருதப்படும். உண்மையான அன்பு மாறாதது. அதைச் செயல்படுத்துவதற்கு எந்த புற உந்துதலும் தேவையில்லை. தாகமடைந்த ஆன்மாக்கள் எப்போதும் அருந்துவதற்கான வற்றாத கிணறு அது. அன்பு, ஒரு வலிமையான அறநெறி தன்மையாக இருக்கும் போது, நம்மோடு இணக்கமாக இருப்பவர்கள் மீது மட்டும் பொழிவதாக இருக்காது. ஆனால் நம் விருப்பத்துக்கு மாறாக செயல்படுவர் மீதும்

பொழியும். அது இதயத்திலிருந்து தொடர்ந்து வெளிப்படும் ஓர் இதமான உணர்வாகும்.

சில செயல்பாடுகளைச் செய்த பின் மனிதர்கள் வருந்துவார்கள். அவை எல்லாம் இரக்கமற்றச் செயல்பாடுகள். சில செயல்பாடுகளுக்கு மனிதர்கள் வருந்தமாட்டார்கள். அவையெல்லாம் இரக்கமானச் செயல்பாடுகள். மனிதர்கள் தாங்கள் செய்த கொடூரமான செயல்களுக்கும், கூறிய கொடிய வார்த்தைகளுக்கும் வருந்தும் நாள் வரும். ஆனால், அவர்கள் செய்த அன்பான செயல்களுக்கும் கூறிய அன்பான வாழ்த்துகளுக்கும் மகிழும் நாள் என்றும் அவர்களோடு உடனிருக்கும்.

இரக்கமற்றத் தன்மை ஒருவனின் குணயியல்பை சிதைக்கிறது. காலப்போக்கில் அவனது முக அழகையும் சிதைக்கிறது. அவன் அடைந்து இருக்கக் கூடிய வெற்றியை அடைய முடியாமல் அது தடுக்கிறது.

இரக்கம் குணயியல்பை அழகாக்குகின்றது. காலப்போக்கில் அது அவனது முகத்தையும் அழகாக்குகின்றது. அவன் தன் அறிவுக் கூர்மைக்கு ஏற்ப அவன் அடைய வேண்டிய வெற்றியை அது உறுதி செய்கிறது. ஒருவனது இரக்கம் நிறைந்த தன்னிருப்பால் அவனது வளமான வாழ்வு மேலும் மென்மையாகக் குழைந்து வளமாகிறது.

தாராளமான மனம் படைத்த உள்ளம் எப்போதும் பேரிரக்கமான இதயத்துடன் உடன் செல்லும். இரக்கம் என்பது அன்பானத் தங்கை என்றால் தாராள மனம் என்பது வலிமையான அண்ணன் ஆகும். ஒரு தாராள மனம் படைத்தப் பெருந்தன்மையான குணயியல்பு எப்போதும் கவர்ந்து ஈர்க்கக் கூடியதாக இருக்கும். கருமித் தனமும் சிறுமையான தனமும் எப்போதும் மோதல் தன்மையை உருவாக்கும். அவை இருண்ட, குறுகிய, இறுக்கமான மனநிலையை ஏற்படுத்தக் கூடியவை. இரக்கம் மற்றும் தாராளமனம் எப்போதும் கவர்ந்து ஈர்க்கும். அவை இதமான தன்மை கொண்டவை. மோதலை உருவாக்கக் கூடியது தனிமைப்படுத்தும், தோல்வியைத் தரும். கவர்ந்து ஈர்க்கக் கூடியது ஒன்று சேர்த்ததலையும் வெற்றியையும் தரும்.

பெறுவதைப் போன்று கொடுப்பதும் ஒரு முக்கியக் கடமையாகும். பெற முடிந்ததை எல்லாம் பெற்றுக் கொண்டு கொடுக்க மறுப்பவன், இறுதியில் பெற முடியாத நிலையை அடைவான். நாம் பெறாமல் எப்படி கொடுக்க முடியாதோ, அதே போல நாம் கொடுக்காமலும் பெற முடியாது என்பது ஒரு ஆன்மீக விதியாகும்.

எல்லா மத போதகர்களாலும் கொடுப்பது என்பது ஒரு முக்கியக் கடமையாகக் கற்றுத்தரப்படுகிறது. ஒருவனது சுய வளர்ச்சி மற்றும் முன்னேற்றத்திற்கு கொடுப்பது என்பது ஒரு சிறப்புப் பாதையாகும். சுயநலத்திலிருந்து விடுபடுவதற்கு அது ஒரு வழிமுறை. சுயநலத்திற்குள் வீழ்வதிலிருந்து நாம் நம்மை தடுத்துக் கொள்ள முடியும். நமது சக மனிதர்களுடனான ஆன்மீக மற்றும் சமூக நட்புறவை அது உணர்த்துகிறது. நாம் ஈட்டியதிலிருந்து ஒரு பகுதியை நாம் விரும்பி இழக்க வேண்டும். காரணம், எவனொருவன் தான் பெறும் போது, மேலும் வேண்டும், வேண்டும் என்று பசி கொண்ட காட்டு விலங்கைப் போல இரையை இறுகப்பற்றுகிறானோ, அவன் பின்னோக்கிச் செல்கிறான். உயர்வான, மகிழ்ச்சியை தரும் தன்மைகளிலிருந்து ஒருவன் தன்னை துண்டித்து கொள்கிறான். உயிரோட்டமான, சுயநலமற்ற, மகிழ்ச்சியான இதயங்களின் தொடர்பிலிருந்து விலகுகிறான். அத்தகைய ஒரு மனிதனது நிலையை டிக்கென்ஸ் ஸ்குரூஜ் தமது "ஏ கிருஸ்துமஸ் கேரோல்" நூலில் சித்தரித்துக் கண் முன் நிறுத்துகிறார்.

பேராசை, வஞ்சகம், பொறாமை, சந்தேகம் முதலிய குணங்கள் குறித்து ஒருவன் விழிப்புடன் இருக்கட்டும். காரணம், இவை மனதில் உட்புகுந்தால் வாழ்வின் சிறந்தவைகளை எல்லாம் அவை அழித்து விடும். புறவாழ்வின் சிறந்தவைகளை மட்டும் அல்ல, சிறந்த குணயியல்பு மற்றும் மகிழ்ச்சியையும் கூட அவை அழித்து விடும். எனவே ஒருவன் பரந்த மனதோடு இருக்கட்டும். அள்ளித் தரும் கைகளைக் கொண்டு இருக்கட்டும். பெருந்தன்மையும் நம்பிக்கையும் கொண்டிருக்கட்டும். தனது உடமைகளை இன்முகத்தோடு அவனது நண்பர்களுக்கும் சக மனிதர்களுக்கும் கொடுப்பதில் மட்டும் அல்ல, ஆனால் அவர்களது எண்ணங்கள் மற்றும் செயல்பாடுகளில் சுதந்திரத்தை வழங்கட்டும். அவனைத் தேடி மதிப்பும், செல்வமும், வளமும் அவனது நட்பை நாடி வரும்.

கனிவு என்பது தெய்வீகத்தை ஒத்தது. வேறு எந்த ஒரு குணயியல்பும் கரடுமுரடான தன்மையிலிருந்து, வெறித்தனத்திலிருந்து, சுயநலத்திலிருந்து இந்த அளவிற்கு விலகியிருப்பதில்லை. ஒருவன் கனிவானவனாக மாறும்போது தெய்வீகமானவனாக மாறுகிறான். சுய ஒழுக்கத்தை கடைபிடிப்பதன் மூலமாகவும் அனுபவத்தின் வாயிலாகவும் மட்டுமே அதைப் பெற முடியும். ஒருவன் தன் கீழ்நிலை உணர்வுகளை அமைதியாக, ஆனால் உறுதியாக கட்டுப்பாட்டுக்குள் கொண்டு வரும் போது, வீண்

பரபரப்பிலிருந்து தன்னை விடுவித்துக் கொள்ளும் போது, கோபத்தைத் தூண்டி விடக்கூடியச் சூழலிலும் வஞ்சத்தையோ அல்லது பழி வாங்குதலையோ கொள்ளாமல் இருப்பது போன்றவற்றால் அது ஒருவனது இதயத்தில் நிலைபெறும்.

சமயப்பற்று மிக்க ஒருவனை மற்றவர்களிடமிருந்து தனித்துவப்படுத்தும் ஒரு குணம் என்றால் அது கனிவு தான். அது ஆன்மீகப் பண்பாட்டின் அடையாளமாகும். பண்பட்ட மனங்கள் மற்றும் சுயநலமற்ற இதயங்கள் முன்பில், வெறி பிடித்து ஆடும் மனிதர்கள் இடம் பிடிக்க முடியாது. ஜென்டில்மேன் (கனிவானவன்) என்ற சொல் அதன் அசல் அர்த்தத்திலிருந்து இன்றும் முற்றிலுமாக விலகவில்லை. கண்ணியமான, சுயக்கட்டுப்பாட்டோடு மற்றவர் உணர்வுகளுக்கு மதிப்பு அளித்து அவர்கள் நலன் நாடுபவனையே அது இன்னமும் குறிக்கிறது. கனிவானவன் யார் என்றால், எவன் ஒருவனது நல்லொழுக்கம் அன்பாலும் கவனம் நிறைந்த எண்ணங்களாலும் உந்தப்படுகிறதோ அவன் தான். அவனது குடி பிறப்பு, இனம் எதுவாக இருந்தாலும் அவன் எல்லோராலும் விரும்பப்படுகிறான். வாய்ச்சண்டை போடுபவர்கள் தங்களது அடாவடித்தனத்தாலும் ஆர்பரிப்பாலும் தங்களது அறியாமையையும் பண்பாட்டு குறைவையும் வெளிப்படுத்துகிறார்கள். கனிவான குணத்தில் தன்னைச் செம்மைப்படுத்திக்

கொண்டவன் ஒருபோதும் வாய் சண்டை போட மாட்டான். அவன் கடுமையான சொல்லை ஒரு போதும் திரும்ப பதிலாகத் தரமாட்டான். அதை அவன் அப்படியே விட்டுவிடுவான் அல்லது ஒரு கனிவான சொல்லால் அதை எதிர்கொள்வான். அது கோபத்தை விட வலிமையானது. கனிவு மெய்யறிவை மணந்திருக்கிறது. மெய்யறிவாளன் தன்னுள் எல்லா கோபங்களிலிருந்தும் விடுபட்டு இருக்கிறான். எனவே மற்றவர்கள் அதிலிருந்து விடுபடுவது எப்படி என்பதைப் புரிந்திருக்கிறான். சுயகட்டுபாடில்லாதவர்கள் மாட்டிக் கொள்ளும் பல வகையான கொந்தளிப்பான சூழல்களிலிருந்து கனிவானவன் தன்னை விடுவித்துக் கொண்டு உள்ளான். அவர்கள் தேவையற்ற வகையில் வீணாக தங்களை வருத்திக் கொண்டிருக்கும் போது இவன் ஒரு மனதோடு ஓர்மையில் அமைதியாக இருக்கிறான். அத்தகைய அமைதியும் ஓர்மையும் வாழ்வின் போராட்டத்தை வெல்வதற்கு வலிமையான படைக்கலங்களாகும்.

உள்ளுணர்வு என்பது இரக்கம் வழங்கிய பரிசாகும். இரக்கமான மனம், ஆழமாக உணரும் மனம். நாம் அனுபவத்தால் உணர்கிறோமே தவிர வாய் வார்த்தையான வாக்குவாதங்களால் உணர்வதில்லை. ஒன்றை தெரிந்து கொள்ளும் முன் அல்லது ஓர் உயிரைப் பற்றித் தெரிந்து கொள்ளும் முன், நமது உயிர் அதை அல்லது அந்த உயிரைத் தொட வேண்டும். வாக்குவாதம் மேல் தோலை

ஆய்வு செய்யும். ஆனால் இரக்கம், இதயத்தின் ஆழம் வரை செல்லும். இரக்கமுள்ள ஞானி மனிதனை பார்க்கிறார், அவர் அவனது வெளித் தோற்றத்தையோ உடையையோ பார்ப்பதில்லை. அதுபற்றி அவர் கவலையும் படுவதில்லை. காழ்ப்புணர்வு நிறைந்த (பொய்) அன்பு கொண்ட வார்த்தைகள் யாவிலும் ஏதோ ஒன்று தொக்கி நிற்கிறது. அதன் காரணமாக ஒருவருக்கு ஒருவர் மீது தவறான புரிதல் உண்டாகிறது. அன்பு நிறைந்த (உண்மை) அன்பு கொண்ட வார்த்தைகள் யாவிலும் ஒரு விவரிக்க முடியாத ஒன்றிணைவு இருக்கிறது. அதனால் ஒருவரை ஒருவர் புரிந்து கொள்கிறார்கள். இந்த உள்ளுணர்வின் தூய வடிவம் தான் இரக்கம். அதனால் தான் மிகப்பெரும் கவிஞன் மிகப்பெரும் இதயத்துக்குச் சொந்தக்காரனாக இருக்கிறான். எந்த ஒரு இலக்கியவாதியும் மனித இதயத்தை, அது சந்திக்கும் நிகழ்வுகளை ஷேக்ஸ்பியர் அளவிற்கு விவரித்தவர்கள் இல்லை. ஷேக்ஸ்பியரின் படைப்புக்களில் அந்த தனிமனித ஷேக்ஸ்பியர் காணப்பட மாட்டார். அவர் அந்த கதாபாத்திரங்களுடன் இரக்கத்தால் ஒன்றியிருந்திருக்கிறார். மெய்யறிவாளன், தத்துவஞானி, பைத்தியக்காரன், முட்டாள், குடிகாரன், பெண் பித்தன் என அந்த பாத்திரங்களாகவே அந்த நேரத்தில் அவர்களது உணர்வை அவர்களையும் விட சிறப்பாக

வெளிப்படுத்துகிறார். ஷேக்ஸ்பியருக்கு எந்த பாரபட்சமும் இல்லை, எந்த தவறான முன் அபிப்பிராயமும் இல்லை. அவரது இரக்கம் அனைத்தையும் தழுவுகிறது, தாழ்வானதிலிருந்து மிக உயர்வானது வரை.

(இனம், மொழி, சமயம் போன்றவைகளின் காரணமாக) ஒரு தவறான முன் அபிப்பிராயத்தைக் கொள்வது, இரக்கம் மற்றும் அறிவுக்கு ஒரு பெரும் தடைக்கல்லாகும். ஒருவன், ஒருவர் மீது ஒரு தவறான முன் அபிப்பிராயம் கொண்டிருந்தால் அவனால் அவரை புரிந்து கொள்ள முடியாது. பாரபட்சமாக கணிப்பதிலிருந்து நமது மனங்களை விடுவிக்கும் போது தான் நாம் மனிதர்களையும் பொருட்களையும் உள்ளவாறே கவனிக்கிறோம். நாம் இரக்கம் கொள்ளும் போது உண்மையாகப் பார்க்கிறோம். இரக்கம் தனக்குத் துணையாக அறிவைக் கொண்டுள்ளது.

பார்க்கும் கண்ணும் உணரும் இதயமும் பிரிக்க முடியாதவை ஆகும். இரக்கமுடையவனே தீர்க்க தரிசனங்களோடு விளங்குகிறான். எவனது இதயம் அனைத்து இதயங்களோடு ஒன்றிசைந்து துடிக்கிறதோ, அவனுக்கு அனைத்து இதயங்களின் உணர்வுகளும் வெளிப்படுத்தப்படுகிறது.

இரக்கமுடையவனுக்குக் கடந்த காலமும் எதிர்காலமும் தீர்க்க முடியாத புதிராக இனியும் இருப்பதில்லை. அவனது அறநெறி உள்ளுணர்வு மனித வாழ்வின் செம்மையான சுழற்சியை உணர்கிறது.

இரக்கமான உள்ளுணர்வு ஒரு மனிதனைச் சுதந்திரம், மகிழ்ச்சி, ஆற்றல் என்ற உணர்வு நிலையில் ஏற்றுகிறது. அவனது நுரையீரல் காற்றை சுவாசிப்பது போல அவனது உள்ளம் மகிழ்ச்சியை சுவாசிக்கிறது. சக மனிதர்களைப் போட்டியாகக் கருதுவதையோ, கடினமான சூழல்களையோ, எதிரிகளைப் பற்றியோ அவன் இனியும் கவலைப்படுவது இல்லை. இத்தகைய மாயையான தோற்றங்கள் எல்லாம் அவனுக்கு மறைந்து விட்டன. விழிப்படைந்த அவன் பார்வை சாம்ராஜ்யத்தில் உயர்வும் சிறப்பும் மட்டுமே தோற்றம் அளிக்கின்றன.

7. ஆறாவது தூண் – உள்ளத்தால் பொய்யாது ஒழுகல் (உண்மை தன்மை)

மனிதச் சமூகம் அதன் உண்மை தன்மையால் தான் கட்டுண்டு இருக்கிறது. பிரபஞ்சம் எங்கும் மனிதன் உண்மைதன்மையின்றி ஒழுகும் போது அது பிரபஞ்சமெங்கும் ஒரு அவநம்பிக்கையை கொண்டு வரும், அது பிரபஞ்சமெங்கும் ஒரு பிரிவினையை இல்லை என்றால் ஒரு அழிவை ஏற்படுத்தும். வாழ்வு நிம்மதியாக, முழுமையாக மற்றும் மகிழ்ச்சியாக இருப்பதற்கு காரணம், நாம் ஒருவர் மீது ஒருவர் கொண்டுள்ள ஆழமான நம்பிக்கை தான். நாம் மனிதர்கள் மீது நம்பிக்கை கொள்ளவில்லை என்றால், நாம் அவர்களோடு வணிகப் பரிமாற்றம் மேற்கொள்ள முடியாது, அவர்களோடு இணைந்திருக்க முடியாது. ஷேக்ஸ்பியர், அவரது "டிமோன்" கதாபாத்திரம் வாயிலாக மனித இயல்பின் உண்மை தன்மை குறித்து, தனது முட்டாள் தனத்தால் நம்பிக்கை இழந்த ஒருவனது கொடிய நிலையைச் சித்தரிக்கிறார். அவன் மனிதர்களுடனான தொடர்பில் இருந்து தன்னை விலக்கிக் கொள்கிறான். இறுதியில் தற்கொலை செய்து கொள்கிறான். வணிகத்தில் நம்பிக்கை அமைப்பு

இல்லாவிட்டால் மனித சமூகம் துண்டு துண்டாக உடையும் என எமர்சன் கூறுகிறார். உலகமெங்கும் மனிதர்கள், ஒருவர் மீது ஒருவர் கொண்டுள்ள நம்பிக்கையை அந்த அமைப்புச் சுட்டிக்காட்டுகிறது. முட்டாள்களாலும் தொலைநோக்கு பார்வை இல்லாதவர்களாலும் ஏமாற்று, மோசடி எனக் கூறப்படும் வணிகம், பெரும் நம்பிக்கையின் அடித்தளத்தில் அமைந்திருக்கிறது. மனிதர்கள் தாங்கள் அளித்துள்ள வாக்குறுதியை நிறைவேற்றுவார்கள் என்ற நம்பிக்கையில் சரக்குகள் வழங்கப்படும் வரை கட்டணம் கேட்கப்படுவதில்லை. ஆண்டாண்டு காலமாக இந்த அமைப்பு தொடர்வது, மனிதர்கள் தங்கள் கடனைச் செலுத்துகிறார்கள் என்பதையும் அதை கட்டாமல் தவிர்ப்பதை விரும்பவில்லை என்பதையும் காட்டுகிறது.

எத்தனையோ குறைபாடுகள் இருந்தாலும் மனிதச் சமூகம் உண்மையின் வலிமையான அடித்தளத்தில் தான் அமைந்திருக்கிறது. அதன் பெருந்தலைவர்கள் எல்லாம் உண்மை தன்மை கொண்டவர்கள். அவர்களது பெயர்களும் சாதனைகளும் அழிவதற்கு அனுமதிக்கப்படுவதில்லை. உண்மை தன்மை என்ற அறநெறி இயல்பு அனைத்து இனங்களாலும் வியக்கப்படுகிறது என்பதற்கான சான்று இது.

உண்மை தன்மையற்றவர்களுக்கு எல்லோரும் தங்களைப் போன்றவர்கள் என்று கற்பனை செய்வது எளிது. சமூகம் அழுகி விட்டது, கெட்டு விட்டது என்று பேசுவதும் எளிது, கெட்டுப்போன ஒரு பொருள் ஆண்டாண்டு காலம் நிலைத்திருக்க முடியுமா, காமாலை கண்ணுக்கு பார்ப்பதெல்லாம் மஞ்சளாகத் தெரிவதில்லையா? மனிதச் சமூக அமைப்பில் எந்த நன்மையையும் காண முடியாதவர்கள் தங்களை மீண்டும் ஒரு முறை சீரமைத்துக் கொள்ள வேண்டும். அவர்கள் நன்மையைத் தீமை என்கிறார்கள். எந்த நன்மையையும் காண முடியாத அளவிற்கு அவர்கள் தொடர்ந்து தீமையில் உழன்று கிடக்கிறார்கள். அனைத்தும், எல்லோரும் அவர்களுக்குத் தீமையாகத் தெரிகிறார்கள். "சமூகம் அடி முதல் மேல் வரை கெட்டு விட்டது" என்று ஒரு நபர் சமீபத்தில் என்னிடம் கூறினார். நானும் அவ்வாறு நினைக்கிறேனா என்றும் கேட்டார். சமூகத்தில் குறைபாடுகள் இருப்பது உண்மை தான் என்றாலும் அதன் மையம் உறுதியாகவே இருக்கிறது, அது செம்மையாவதற்கான அனைத்து வித்துக்களையும் தன்னுள் கொண்டுள்ளது என்றேன்.

சமூகம் எந்த அளவு உறுதியாக இருக்கிறது என்றால், தனது சுயநலம் ஒன்றை மட்டுமே நோக்கமாகக் கொண்டு உழைப்பவன் நீண்டகாலம் வளமாக வாழ முடியாது, தாக்கத்தை ஏற்படுத்தக் கூடிய இடத்தை அவன் வகிக்க முடியாது. அவன் முகமூடி விரைவில் கிழித்து எறியப்படும், அவன் ஒதுக்கப்படுவான். ஒரு சிறிய காலத்திற்கு அத்தகையவன் தாக்குப்பிடித்து இருப்பது மனித சமூகத்தின் நம்பிக்கையைப் பறை சாற்றுகிறது. அவர்களது மெய்யறிவின்மையையும் வெளிச்சமிடுகிறது.

மேடையில் நடிக்கும் நடிகன் இரசிக்கப்படுகிறான். ஆனால் வாழ்க்கை எனும் மேடையில் நடிப்பவன் தனக்குத்தானே அவமதிப்பையும் கண்டனத்தையும் வரவழைத்துக் கொள்கிறான். தான் இருப்பது போல அல்லாமல் வேறொன்றாகத் தோற்றம் அளிக்க விரும்புவதால் எந்த தனித்துவமான குணயியல்பும் அற்றவன் ஆகிறான். எல்லா வகையான ஈர்ப்பாற்றல், ஆற்றல் மற்றும் வெற்றியை இழந்தவன் ஆகிறான்.

ஆழமான உண்மை தன்மை கொண்டவன் மிகப்பெரும் அறநெறி ஆற்றலாக விளங்குகிறான். எந்த வகையான ஆற்றலையும், மிக உயர்ந்த அறிவுக்கூர்மையான ஆற்றலையும் கூட, அதோடு ஒப்பிட முடியாது. மனிதர்கள் எப்போது வலிமையான ஈர்ப்பாற்றல் கொண்டிருக்கிறார்கள் என்றால், அது தங்களது உண்மை தன்மையின் செம்மைக்கு ஏற்பவே. அறநெறித் தன்மையும் உண்மை தன்மையும் ஒட்டிப் பிணைந்தவை. எங்கே உண்மை தன்மை குறைவாக இருக்கிறதோ அங்கே அறநெறித்தன்மையும் குறைவாகவே இருக்கும். காரணம், பொய் கலப்பு அனைத்து நல்லியல்புகளையும் அழித்து விடும். அவற்றை ஒரு பொருட்டாக கருத தேவையற்றதாக்கிவிடும். சிறிய அளவு பொய் கலப்பு கூட குணயியல்பின் அனைத்து உயர் தன்மைகளையும் களவாடி விடும். அதை சாதாரணமானதாகவும் கண்டிக்கத்தக்கதாகவும் மாற்றிவிடும். பொய்த்தன்மை என்பது ஒரு வெறுக்கத்தக்க அருவெறுப்பான குறைபாடாகும். அறநெறி கொண்ட எந்த ஒரு மனிதனும் பிறரைத் திருப்திப்படுத்தும் நோக்கத்திற்காகப் பொய் புகழ்ச்சியுரைகளை, அவை எவ்வளவு சிறியவை என்றாலும், அவற்றை அவன் பயன்படுத்தினால் அதற்கு அப்புறம் அவன் வலிமையானவனாகவும் போற்றப்படுபவனாகவும் இருப்பதில்லை. தனது ஆற்றலைப் புதுபித்துக் கொள்வதற்கு ஊற்றுக்கண்

சுரக்காத கிணறு இல்லாதவன் ஆகிறான். அதை முறையாக தூர்வாரும் வழி வகையையும் கொண்டவனாக அவன் இல்லை.

அந்த கணப்பொழுதில், பொய்யான புகழ்ச்சியுரையில் மயங்கியவர்கள் கூட அல்லது தந்திரமாகப் பிணைக்கப்பட பின்னப்பட்ட வார்த்தை வலையில் சிக்கியவர் கூட அதிலேயே விழுந்து கிடக்காமல் இதயங்களை நகர்த்தும் நிரந்தரமான அடியதிர்வலைகளின் தாக்கத்தால் விழித்துக் கொள்வார்கள், இறுதி முடிவெடுப்பவர்கள். திட்டமிட்டு வடிவமைக்கப்பட இந்த பொய்யுரைகளால் மேற்பரப்பில் மட்டும் தான் ஒரு சிறு நீரலையை ஏற்படுத்த முடியும்.

"அவனது வாய், வார்த்தை உச்சரிப்புகள் என்னை திருப்திப்படுத்துகின்றன" என்று ஒரு பெண் தன் தோழியிடம் கூறினாள். ஆனால் நான் அவனை திருமணம் செய்ய மாட்டேன் என்றாள். ஏன் என்பதற்கு அவளது பதில் "அவன் உண்மையாக ஒலிக்கவில்லை"

ஒலிக்கவில்லை-, அர்த்தம் பொதிந்த சொற்பதம். பரிசோதிக்கப்படும் போது, உலோக கலப்பின் காரணமாக போலி நாணயம் உண்மை நாணயத்தை போல தனித்துவமாக ஒரு ஒலியை ஒலிக்காது என்பதைக் குறிப்பிடுகின்றது. உண்மை நாணயம் தன் தரத்தை நிலைநிறுத்தும் எந்த

சோதனையையும் கடந்து வரும். எப்போதும் எங்கும்.

மனிதர்களும் அது போல் தான். அவர்களது வார்த்தைகளும் செயல்களும் தங்களுக்கே உரிய ஒரு தாக்கத்தை ஏற்படுத்துகின்றன. அதில் புலன்களுக்குக் கேட்காத ஒரு ஒலியோசை அடங்கியிருக்கிறது. அதை மற்ற மனிதர்கள் உள்ளூர கேட்கிறார்கள். தங்களையும் அறியாமல் அதைக் கேட்டு உணர்கிறார்கள். பொய்யான ஒலியை உண்மையான ஒலியிலிருந்து வேறுபடுத்தி அவர்களால் உணர முடியும். ஆனால் அவர்கள் எப்படி உணர்ந்தார்கள் என்று அவர்களால் விளக்க முடியாது. புற செவியால் மிக நுட்பமான ஒலிகளையும் வேறுபடுத்தி உணர முடிவது போல அக செவியால் உள்ளங்களுக்கு இடையிலான மெல்லிய ஒட்டத்தை உணர முடியும். யாரும் உறுதியாக ஏமாறவில்லை, ஏமாற்றுக்காரனைத் தவிர. உண்மை தன்மையற்றவர்கள், வேடம் தரிப்பவர்கள் தங்கள் திட்டத்தால் மற்றவரை வெற்றிகரமாக ஏமாற்றி விட்டோம் என்று மார்தட்டிக் கொள்கிறார்கள். அது அவர்களது முட்டாள்தனம். அவர்கள் தங்களைத் தான் ஏமாற்றிக் கொள்கிறார்களே தவிர வேறு யாரும் ஏமாறவில்லை. அவர்களது செயல்பாடுகள் அனைத்து இதயங்கள் முன் வெளிச்சமிடப்பட்டு காட்டப்படுகின்றன. மனிதனது இதயத்தில் ஒரு நீதிபதி அமர்ந்திருக்கிறார். அவரது தீர்ப்புகள்

எப்போதும் தவறாகாது. புற புலன்களால் உணர முடியாது போனாலும் உள்ளம் தன்னுணர்வால் அறியும். உள்ளத்தின் இந்த தீர்ப்பு மக்கள் தீர்ப்பாக வெளிப்படுகிறது. இந்தத் தீர்ப்பு சரியானது. குறை சொல்ல முடியாதது. அறிவின் அனைத்து துறைகளிலும் - இலக்கியம், கலை, அறிவியல், கண்டுபிடிப்பு, மதம் என அனைத்திலும் அது நல்லதைத் தீயதிலிருந்து பிரிக்கிறது. தகுதியானதைத் தகுதியற்றதிலிருந்து, உண்மையைப் பொய்யிலிருந்து, மிக வைராக்கியத்துடன் முன்னதைப் பாதுகாத்து பின்னதை அழிய அனுமதிக்கிறது. பெருமனிதர்களின் படைப்புகள், வார்த்தைகள் மற்றும் செயல்கள் எல்லாம் மனித இனத்தை ஒருசேர நெய்திருக்கும் தறியாகும். மனிதயினம் அதன் மதிப்பை உணராமல் இல்லை. ஆயிரம் மனிதர்கள் ஒரு புத்தகத்தை எழுதுவார்கள். ஆனால் அதில் ஒன்று தான் அசல் மேதையின் படைப்பாக இருக்கும், இருந்தாலும் மனித இனம் அந்த ஒன்றை அடையாளம் கண்டு எடுத்து விடும், அதைத் தூக்கி நிறுத்தும், காலத்திற்கும் பாதுகாக்கும். மற்ற தொள்ளாயிரத்து தொண்ணூற்றி ஒன்பது நூல்களும் கால வெள்ளத்தில் மூழ்கி போகும். ஒரே விதமான சூழலில் பத்தாயிரம் பேர்கள் ஒரு வாக்கியத்தை உச்சரிக்கலாம். ஆனால் அதில் ஒன்றில் மட்டும் தான் மெய்யறிவு பொதிந்து இருக்கிறது என்றாலும் மனித இனம் அந்த ஒரு

வாக்கியம் எது என்று கண்டறியும். மனித இனம் தனது தீர்க்கதரிசிகளை கொல்கிறது என்பது உண்மை தான். ஆனால், அப்படிக் கொல்வதும் கூட ஒரு பரிசோதனையாக மாறி உண்மை ஒலியை ஒலிக்கிறது. மனிதர்கள் அந்த ஓசையை உணர்கிறார்கள். கொல்லப்பட்டவன் தனது தன்மையை நிரூபித்து விட்டான். அவனது உயர் தன்மைக்கான மறுக்க முடியாத சான்றாக அந்த கொல்லப்பட்ட நிகழ்வு விளங்குகிறது.

போலி நாணயம் கண்டறியப்பட்டு உருக்கு சட்டியில் தூக்கி எறியப்படுவது போல, உண்மை நாணயம் மக்களிடையே புழங்க அனுமதிக்கப்படுவது போல, போலியான வார்த்தை, செயல் அல்லது குணயியல்பும் கண்டு உணரப்படுகிறது. அது எங்கிருந்து வந்ததோ அந்த வெறுமையில் மீண்டும் விழ அனுமதிக்கப்படுகிறது. பொய்யான, ஆற்றலில்லாத உயிரற்ற அந்த வெறுமையில்.

பொய்யானவை, போலியானவை-, அவை எந்த மதிப்பும் பெறுவதில்லை - அவை மனிதர்களாக இருந்தாலும் சரி அல்லது பொருட்களாக இருந்தாலும் சரி. உண்மையைப் போல கடந்து செல்ல முயற்சிக்கும் போலியை நாம் வெறுக்கிறோம். போலி மலிவானது. வேடம் தரிப்பவன் மனிதன் என்று சொல்ல தகுதி குறைவானவன். அவன் ஒரு நிழல், முகமூடி அணிந்தவன். உண்மை தன்மை மதிக்கத்தக்கது.

உண்மை தன்மையானவன் எடுத்துக்காட்டாக விளங்குகிறான். அவன் மனிதன் என்று சொல்லும் தகுதிக்கு உயர்வானவன். அவன் நிஜமானவன். அவன் ஆற்றலாக, ஒன்றிணைக்கும் கோட்பாடாக இருக்கிறான். பொய் தன்மையால் அனைத்தும் இழக்கப்படுகிறது - தனித்துவம் கூட கரைகிறது. காரணம், பொய் என்பது இல்லாதது, வெறுமையானது. உண்மையால் எல்லாம் அடையப்படுகிறது. காரணம், உண்மை நிலையானது, நிரந்தரமானது, நிஜமானது.

நாம் உண்மையானவர்களாக இருப்பது அனைத்திலும் முக்கியமாகும். நாம் எதுவாக இல்லையோ அது போல தோற்றம் அளிக்க விரும்பும் எண்ணத்தைக் கொண்டிருக்கக் கூடாது. இல்லாத ஒரு அறநெறித் தன்மையை கொண்டிருப்பதாக நாம் நடிக்கக்கூடாது. உயர் தன்மை கொண்டிருப்பதாகக் காட்டிக் கொள்ளக் கூடாது. வேடம் தரிக்கக் கூடாது. வேடம் தரிப்பவன் உலகையும் உலகின் நீதியையும் ஏமாற்றலாம் என்று நினைக்கிறான். ஆனால் அவன் ஒரே ஒரு நபரைத் தான் ஏமாற்றுகின்றான், அது அவனைத் தவிர வேறு யாரும் அல்ல. உலகின் நீதியும் அதற்காக அவனுக்குத் தண்டனையை வழங்குகிறது. அதிக வஞ்சக குணம் கொண்டவர்கள் மறக்கடிக்கப்படுகிறார்கள் என்று ஒரு பழமொழி கூறுகிறது. மறக்கடிக்கப்படும் நிலைக்கு மிக அருகில் உள்ள நிலையை வேடம்

தரிப்பவன் அடைகிறான் என்று நான் நினைக்கிறேன். காரணம், அவனது இடத்தில் அங்கே ஒரு மனிதன் இல்லை, ஆனால், கானல் நீராக தோன்றும் பிம்பம் இருக்கிறது. பலரும் வெறுக்கும் மறக்கடிக்கப்படும் நிலை என்னும் நரகத்திற்குள் அவன் இறங்குகிறான். அத்தகைய மனிதன் வாழ முடியும் என்று நினைப்பது, நிழல்களால் நிஜ மனிதர்களுக்கு பதிலாக வேலை செய்ய முடியும் என்று எதிர்பார்ப்பது போலாகும்.

பொய்யாகத் தோற்றம் அளிப்பதாலும் நடிப்பதாலும் ஒரு வெற்றிகரமான வாழ்வியல் தொழிலை அமைத்துக் கொள்ள முடியும் என்று ஒருவன் எண்ணினால், அவன் நிழல்களினிலான படு ஆழமான குழிக்குள் மூழ்கும் முன், சிந்திக்கட்டும். பொய் வேடத்தில் எந்த உறுதியான தளமோ, நிஜமோ இல்லை. எதுவும் அங்கே நிற்க முடியாது. கட்டுவதற்கான மூலப்பொருளும் அங்கே கிடையாது. அங்கே தனிமை, வறுமை, குழப்பம், வெட்கம், அச்சம், சந்தேகம், அழுகை, உறுமல், சலிப்பு எல்லாம் இருக்கின்றன. மற்ற எல்லாம் நரகங்களையும் விட கீழான, இருளான நரகு ஒன்று இருக்கின்றது என்றால், அது உண்மை தன்மை இன்மை என்ற நரகமே ஆகும்.

உண்மை தன்மை உள்ள ஒருவனின் மனதை நான்கு அழகான குணயியல்புகள் அலங்கரிக்கின்றன. அவை

1. எளிமை

2. கவர்ந்து ஈர்க்கும் தன்மை

3. ஊடுருவும் பார்வை

4. ஆற்றல்

எளிமை என்பது இயல்பானது, இயற்கையானது. அது உள்ளவாறே இருப்பது, எந்த வகையான போலி அல்லது அந்நியமான அலங்காரமின்றி இருப்பது. இயற்கையில் ஏன் அனைத்தும் இவ்வளவு அழகாக இருக்கின்றன? காரணம், அவை இயல்பாக இருக்கின்றன. அவை எவ்வாறு இயல்பாக இருக்குமோ அவ்வாறே நாம் காண்கிறோம். அவை தோற்றமளிக்க விரும்பும் விதத்தில் நாம் காண்பதில்லை, அவைகளுக்கு வேறு விதமாக தோற்றமளிக்க வேண்டும் என்று எந்த விருப்பமும் இல்லை. மனிதயியல்பைத் தாண்டி இயற்கை சார்ந்த உலகில் எந்த வகையான வேடமிடுதலும் இல்லை. அனைவரது கண்களுக்கும் அழகாக தோன்றும் பூ அவ்வாறாக இல்லாமல் வேறு விதமாக வேடம் தரிக்க விரும்பினால் தன் அழகை இழக்கும். ஆனால் அது இயல்பாகவே இருப்பதால், அதன் அழகும் செம்மையும் நம்மை

மகிழ்ச்சியிலும் பரவசத்திலும் ஆழ்த்துகின்றன. நம்மால் எந்த ஒரு குறையையும் எங்கும் காண முடியவில்லை. அதை இதற்கு மேலும் மேம்படுத்த முடியாது என்று நம்முடைய இயலாமையை நாம் உணர்கிறோம், மிகச் சிறிய விஷயத்திலும் கூட இயற்கையில் ஒவ்வொன்றும் தமக்கு என்று ஒரு தனித்துவமான நிறைவை கொண்டிருக்கின்றன. தன் உணர்வு இல்லாத எளிமையின் அழகில் மிளிர்கின்றன.

சமூகத்தின் நவீன கூப்பாடுகளில் ஒன்று "மீண்டும் இயற்கைக்குத் திரும்புவோம்". அது பொதுவாக எதைக் குறிக்கிறது என்றால் நாட்டுப்புறத்தில் ஒரு சிறிய குடில், அருகிலேயே நீர் பாய்ச்சுவதற்கு சிறிய தோட்டம். ஆனால் அப்படி ஓர் இடத்திற்கு நாம் நம்முடைய அனைத்து ஒட்டு உடைமைகளையும் எடுத்துச் சென்றால் பெரிய அளவில் எந்த பயனும் ஏற்படாது. நம்முடன் ஒட்டிக் கொண்டிருக்கும் அத்தகைய உடைமைகளை நாம் இருக்கும் இடத்திலேயே கைவிடலாம். சமூகம் செயல்படுத்தும் கட்டாயத் தேவைகளால் சுமையை உணர்பவர்கள் இயற்கையோடு இயைந்து இருக்க அப்படிப்பட்ட இடங்களுக்குச் செல்லலாம். ஆனால், நம்மை மீண்டும் சமநிலைப்படுத்தும் உண்மையான எளிமையான உள்மன மீட்பாக அது இருக்க வேண்டும். இல்லை என்றால், அவ்விடங்களுக்குச் செல்வதில் பயன் இருக்காது.

மனிதகுலம், விலங்கு உலகின் இயற்கையான எளிமையிலிருந்து விலகிவிட்டாலும், இன்னும் ஓர் உயர்வான எளிமையை நோக்கி தான் நகர்கிறது. ஒரு தெய்வீக எளிமை. மேதைகளாக இருக்கும் மனிதர்களின் அத்தகைய சிறப்பிற்கு காரணம், அவர்களிடமிருந்து உடனுக்குடன் வெளிப்படும் எளிமையே. அவர்கள் அந்நியமான ஒன்றாக நடிப்பதில்லை. அவர்கள், அவர்களாகவே இருக்கிறார்கள். அற்பமான மனங்களை உடையவர்கள் எந்த பாணியையாவது கடைப்பிடித்து தாக்கத்தை ஏற்படுத்தலாம் என்று அவற்றைக் கற்றுக்கொண்டு வாழ்வு என்னும் மேடையில் முன்னணிக்கு வர விரும்புவார்கள். அவர்களுடைய அந்த புனிதமற்ற ஆசையே அவர்களைச் சராசரிக்கும் கீழே இறக்கிவிடுகிறது. சமீபத்தில் ஒரு நபர் என்னிடம் பின்வருமாறு கூறினார் "காலத்திற்கும் நிலைத்து இருக்கும் கவிதை ஒன்று எழுத நான் என் வாழ்வின் இருபது ஆண்டுகளை அர்ப்பணிக்கத் தயார்". அப்படி ஒரு ஆசையை கொண்டு இருக்கும் போது ஒருவனால் எந்த ஒரு இறவாத கவிதையையும் எழுத முடியாது. அவன் உயர்ந்தவனாக காட்சி தர விரும்புகிறான். அவன் தன்னைப் பற்றி தான் நினைத்துக் கொண்டிருக்கிறான். தன்னுடையச் சொந்தப் புகழைத் தான் நினைக்கிறான். ஒருவன் ஒரு இறவாத கவிதையை எழுதுவதற்கு முன் அல்லது ஓர் இறவாத படைப்பை இயற்றுவதற்கு முன்

அவன் அர்ப்பணிக்க வேண்டியது அவன் வாழ்வின் இருபது ஆண்டுகளை அல்ல. அந்த ஒரு ஆசையைத் தான் அவன் அர்ப்பணிக்க வேண்டும். தான் பெருமனிதனாக வேண்டும் என்ற ஆசையை அவன் அர்ப்பணிக்க வேண்டும். பின்பு அவன் செய்ய நினைப்பது எதுவோ (பாடுவதோ, எழுதுவதோ, வரைவதோ) அதைச் செய்ய வேண்டும். பத்தாயிரம் கசப்பான அனுபவங்களிலிருந்து, பத்தாயிரம் தோல்விகளிலிருந்து, பத்தாயிரம் முறை தன்னை வெல்வதிலிருந்து, பத்தாயிரம் மகிழ்ச்சிகளிலிருந்து அதை அவன் செய்ய வேண்டும்.

கெத்சிமானே தோட்டத்தில் இயேசுவின் உள்ளம் பட்ட பாட்டை அவன் உணர வேண்டும். (தாம் காட்டிக் கொடுக்கப்பட்டு கைது செய்யப்படப்போவதை, சிலுவை பாடை இயேசு அறிந்தார். தம்மை அந்தத் துன்பம் அணுகாமல் காக்கும் படி இறைவனை வேண்டினார். பின்பு இறைவனின் கட்டளைக்கு கீழ்படிந்து சிலுவை பாடை ஏற்றார்.) அவன் இரத்தமும் வியர்வையும் கொண்டு உழைக்க வேண்டும்.

தன்னுடைய அறிவாற்றலையும் அறநெறி ஆற்றல்களையும் விட்டு விடாமல் ஒருவன் எளிமைக்குத் திரும்பும் போது அவன் உயர் மனிதனாகின்றான். அவன் நிஜமான எந்த ஒன்றையும் விட்டுவிடவில்லை. அவனுடன்

போலியாக ஒட்டிக் கொண்டிருப்பவைகளை மட்டுமே கைவிடுகிறான். இதனால் அவனது பொன்னான குணயியல்பு வெளிப்படுகிறது. எங்கே உண்மை தன்மை இருக்கிறதோ அங்கே எளிமை இருக்கும். இயற்கையில் நாம் காண்கின்ற எளிமை உண்மையில் அழகிய எளிமை.

கவர்ந்து ஈர்க்கும் தன்மை என்பது எளிமையின் நேரடி விளைவு. எல்லா இயற்கைப் பொருட்களும் கவர்ந்து ஈர்ப்பதிலிருந்து இதை நாம் காணலாம். ஆனால் மனித இயல்பில் இது தனிப்பட்ட ஈர்ப்பு சக்தியாக வெளிப்படுகின்றது. சமீப ஆண்டுகளில் (1911 காலகட்டம்) சில போலி ஆன்மீக மாந்திரீகர்கள் "தனிநபருக்கான ஈர்ப்பாற்றல்" என்று விளம்பரம் செய்கிறார்கள். அதை குறிப்பிட்ட அளவு டாலர்களுக்கு விற்பதாக அறிவிக்கிறார்கள். இதன் வாயிலாக அற்ப மனிதர்களுக்கு தங்களை ஈர்ப்பாற்றல் மிக்கவராக எப்படி மாற்றிக் கொள்வது என்ற ஆசையைத் தூண்டிவிடுகிறார்கள். சில வகையான மாந்திரீக முறைகளால் ஈர்ப்பாற்றலை விலைக்கு வாங்க முடியும், பெயின்ட் பௌடர் போல வேண்டும் பொழுது பூசிக்கொண்டு நீக்கிக் கொள்ள முடியும் என்று நம்ப வைக்கிறார்கள். தாங்கள் ஈர்ப்பாற்றல் மிக்கவர்களாக விளங்க வேண்டும் என்னும் உள்ளக்கிடக்கை உள்ளவர்கள் பெரும்பாலும் ஈர்ப்பாற்றல் மிக்கவர்களாக இருப்பதில்லை. அவர்களது இந்த உள்ளத்தின் போரவலே அதற்கு பெரும் தடையாய் இருக்கிறது.

தாங்கள் ஈர்ப்பாற்றல் மிக்கவர்களாக இருக்க வேண்டும் என்னும் நினைப்பே ஏமாற்றுவதற்கான சிந்தனையாகும். அது பலவகையான ஏமாற்றுகளை செயல்படுத்த வழி செய்கிறது. உண்மையான ஈர்ப்பாற்றல்களின் கனிவான குணயியல்புகளையும் அத்தகையவர்கள் பெற்றிருப்பதில்லை என்பதை அவர்கள் உணர்ந்தே இருக்கிறார்கள் என்பதையும் அவர்கள் சுட்டிக்காட்டுகிறார்கள். அவை இல்லாததன் குறைபாட்டால் அவர்கள் ஒரு மாற்று வழியைத் தேடுகிறார்கள். ஆனால், மனதின் அழகிற்கும் குணயியல்பின் வலிமைக்கும் எந்த ஒரு மாற்றும் கிடையாது. கவர்ந்து ஈர்க்கும் ஆற்றல் என்பது மேதைத்தன்மையைப் போல. அதற்காக ஆசைப்படும்போது அது இழக்கப்பட்டு விடுகிறது. அதற்கு உண்மையிலேயே ஆசைப்படாதவர்கள் அதைப் பெற்றிருக்கிறார்கள். எந்த வகையான திறமையோ அல்லது அறிவுக் கூர்மையோ அல்லது பாசமோ அல்லது அழகோ அல்லது மனித இயல்பின் எந்த ஒரு அம்சமோ - உண்மை தன்மை என்று நாம் அழைக்கும் செம்மையான மனம் மற்றும் இதயத்தின் விழிப்பாற்றலோடு ஒப்பிட முடியாது. உண்மை தன்மை கொண்ட ஒருவனிடம் எப்போதும் ஒரு நிரந்தரமான கவர்ந்து ஈர்க்கும் ஆற்றல் உறைகிறது. அவர்கள் சிறந்த குணம் கொண்ட மனிதர்களை தங்களிடம் ஈர்க்கிறார்கள். போலியான ஈர்ப்பாற்றல் ஈர்க்கிறது என்பது உண்மை தான். ஆனால் அது ஒரு வகையான

நோய் போன்றது. உண்மை தன்மை உடையவர்களை இரண்டற பிணைக்கும் அந்த கவர்ந்து ஈர்க்கும் ஆற்றலில் இருந்து முற்றிலும் வேறுபட்டது. போலி ஈர்ப்பாற்றல் மாயையான வழியில் முடியும். உண்மை தன்மை உடைய ஆன்மாக்களுக்கு இடையே எதுவும் மறைந்திருப்பதில்லை. எனவே வெளிப்படுவதற்கு எந்த மாயையும் இல்லை.

மக்கள் தலைவர்கள் தங்கள் உண்மை தன்மையின் ஆற்றலால் கவர்ந்து ஈர்க்கிறார்கள். அவர்களது கவர்ந்து ஈர்க்கும் ஆற்றலின் அளவு அவர்களது உண்மை தன்மையின் அளவுக்கு ஏற்பவே இருக்கும். ஒருவன் பெரும் அறிவாளியாக இருக்கலாம். ஆனால் அவன் உண்மை தன்மை கொண்டவனாக இருந்தாலன்றி அவன் மக்கள் தலைவனாகவோ அவர்களுக்கு வழிகாட்டியாகவோ இருக்க முடியாது. புகழ் வெளிச்சத்தில் ஒரு காலம் வரை அவன் பயணிக்கலாம். தான் பாதுகாப்பாக இருப்பதாக நம்பலாம். ஆனால் விரைவில் அவன் அந்த புகழ் பரப்பிலிருந்து விலகுவான். அவனது அரிதாரம் பூசிய முகத்தை கொண்டு அவன் நீண்ட நாள் மக்களை ஏமாற்ற முடியாது. அவன் உள்ளத்தின் உண்மை தன்மையை விரைவில் அவர்கள் உணர்வார்கள். தன்னை மெனக்கெட்டு அலங்கரித்துக் கொள்ளும் ஒரு பெண்ணின் குணயியல்பை அவன் கொண்டிருக்கிறான். தன் முக அழகை கண்டு மற்றவர்கள் மயங்குவதாக

அவள் நினைக்கிறாள். ஆனால் அது அரிதாரம் என்று அனைவருக்கும் தெரியும். அவளை மயங்கி இரசிப்பவர் ஒரே ஒருவர் தான். அது அவள் ஒருத்தியே. உண்மை தன்மையற்றவர்கள் தங்களுக்குத் தாங்களே விதித்துக் கொள்ளும் நரகம் எது என்றால் அது தன்னைத் தானே வியந்து இரசிக்கும் சுய இரசிப்பே ஆகும்.

உண்மை தன்மை கொண்டவர்கள் தங்களைப் பற்றி நினைப்பதில்லை. தங்கள் திறமை, தங்கள் மேதை குணம், தங்கள் அறநெறியியல்பு, தங்கள் அழகு என்று எதையும் உணர்வுநிலையில் கொள்ளாமல் வாழ்கிறார்கள். அதனால் அவர்கள் அனைவரது நம்பிக்கையையும் பாசத்தையும் நன்மதிப்பையும் பெறுகிறார்கள். அனைவரையும் கவர்ந்து ஈர்க்கிறார்கள்.

ஊடுருவும் பார்வை உண்மை தன்மை உள்ளவர்களுக்கே உரித்தானது ஆகும். அவர்களது முன்னிலையில் அனைத்து பொய் வேடங்களும் களைகின்றன. உண்மை தன்மை உள்ளவனின் ஊடுருவும் பார்வையில் அனைத்துப் பாவனைகளும் நடிப்புக்களுமே வெளிப்படையாகத் தெரிகின்றது. ஒரே ஒரு தெளிவான பார்வையில் அவர்களது அனைத்து வேடத் தரிப்புகளையும் அவன் காண்கிறான். சூழ்ச்சிக்காரர்கள் அவனது வலிமையான பார்வையின் வீச்சிலிருந்து விலகி இருக்க தலைப்படுகிறார்கள். அனைத்து வகையான

சே. அருணாசலம்

பொய்மையிலிருந்து தன் இதயத்தை விடுவித்து கொண்டவன், உண்மையானதை மட்டுமே ஊக்குவிக்கிறான், மற்றவர்களிடமுள்ள பொய்மையை உண்மையிலிருந்து வேறுபடுத்தி அறியும் திறமையை பெற்றிருக்கிறான். எவன் தன்னை ஏமாற்றிக் கொள்ளவில்லையோ, அவன் மற்றவர்களாலும் ஏமாற்றப்பட முடியாதவன்.

தங்களைச் சுற்றி உள்ள புற உலகை நோக்கும் போது எந்த குழப்பமுமில்லாமல் மக்கள் இது பாம்பு, இது பறவை, குதிரை, மரம், ரோஜா என்று வேறுபடுத்தி உணர்கிறார்கள். அது போலவே உண்மை தன்மை உள்ளவனும் பல்வேறு குணயியல்புகளை வேறுபடுத்தி உணர்கிறான். ஒரு நொடியில், ஒரு பார்வையில், ஒரு வார்த்தையில், ஒரு செயலில் மனிதர்களின் இயல்பை அவன் உணர்ந்து அதற்கு ஏற்ப அவன் நடக்கிறான். சந்தேக குணம் கொள்ளாமலேயே அவன் எப்போதும் தன்னை காத்துக் கொள்கிறான். ஒரு திறந்த புத்தகம் போல மனிதர்கள் அவனுக்குத் தெரிகிறார்கள். அவன் அவர்களைப் படிக்கிறான். அவனது ஊடுருவும் தீர்ப்பு செயற்பாட்டு மையத்தைத் தொடுகிறது. அவனது பாரபட்சமற்ற வெளிப்படையான நடத்தை மற்றவர்களிடமுள்ள நன்மையை வலிமைப்படுத்துகிறது. தீயதை வெட்கப்பட வைக்கிறது. அவன் அளவிற்கு

இன்னும் வலிமையான இதயத்தையும் மனதையும் பெறாதவர்களுக்கு அவன் ஓர் உற்ற துணையாக விளங்குகிறான்.

ஊடுருவும் பார்வையோடு எப்போதும் ஆற்றல் உடன் செல்கிறது. அனைத்துச் செயற்பாடுகளையும் சரியான வகையில் எதிர்கொண்டு மேற்கொள்ளும் ஆற்றலுடன் எப்போதும், செயற்பாடுகளின் தன்மை குறித்த ஒரு புரிதல் துணை வரும். அறிவு என்பது எப்போதும் ஆற்றல் தான். ஆனால் செயற்பாடுகளில் தன்மை குறித்த புரிதல் அதைவிட மேலான ஆற்றலாகும். அதைக் கொண்டிருப்பவன் அனைத்து இதயங்களுக்கும் ஓர் உயிரோட்டமாக இருக்கிறான். அவர்களின் செயற்பாடுகளை நன்மையை நோக்கி திருத்தி அமைக்கிறான். அவன் உயிர் இந்த உலகை பிரிந்து நீண்ட காலம் ஆகியிருந்தாலும் அவன் ஒரு பிணைக்கும் ஆற்றலாக இன்னும் இந்த உலகில் விளங்குகிறான். மனிதர்களின் மனங்களில் ஆன்மீக ரீதியாக நுட்பமாகச் செயல்படுகிறான், அவர்களை நல் இலக்கை நோக்கிச் செலுத்துகிறான். முதலில் அவனது ஆற்றல் அருகாமையிலும் குறுகியதுமாக இருக்கிறது. ஆனால் அதை தொடர்ந்து விரிவடையும் வண்ணம் அவன் அமைத்துள்ளதால் முழு உலகையும் அது தழுவுகிறது. அனைத்து மனிதர்களிலும் ஒரு தாக்கத்தை ஏற்படுத்துகிறது.

உண்மை தன்மையுள்ள மனிதன் தான் செய்யும் அனைத்திலும் தனது குணயியல்பை பதிக்கிறான். அவனோடு தொடர்பில் வரும் அனைத்து நபர்களின் மீதும் அது பதியும். அவன் ஏதோ ஒரு காலத்தில் ஓர் வார்த்தையை உச்சரிக்கிறான். அது யாரோ ஒருவர் மனதில் ஒரு நல் விதமான தாக்கத்தை ஏற்படுத்துகிறது. அந்தத் தாக்கம் அடுத்தவருக்கு அடுத்தவருக்கு என்று தொடர்ந்து கடத்தப்பட்ட வண்ணம் இருக்கிறது. பத்தாயிரம் மைல்களுக்கு அப்பால் தற்போது வாடிக் கொண்டிருக்கும் ஒரு இதயத்தை அது சென்றடைந்து ஆறுதல் அளிக்கிறது. இத்தகைய ஒரு ஆற்றல் என்பது தன்னளவில் ஒரு வளமே. அந்த வளத்தின் மதிப்பை பணத்தால் மதிப்பிட முடியாது. குணயியல்பின் விலை மதிப்பிட முடியாத அணிகலன்களை பணத்தால் வாங்க முடியாது. ஆனால் நன்மைக்காக பாடுபடுவதன் வாயிலாக வாங்க முடியும். தன்னை உண்மை தன்மை கொண்டவனாக மாற்றிக் கொள்பவன், தன் இருப்பின் முழுமையில் அது இயைந்து வரும்படி செய்பவன், அரிதான ஆற்றலைக் கொண்ட தனித்துவமான வெற்றியைப் பெறும் ஒருவனாக இருப்பான்.

இது தான் உண்மை தன்மை என்ற வலிமையான தூண். இது முழுமையாகக் கட்டி எழுப்பப்படும் போது பெரும் வலிமையாகத் துணை நிற்கின்றது. வளமான வாழ்வு என்னும் ஆலயம் பாதுகாப்பாக

இருக்கும். அதன் சுவர்கள் இடிந்து விழுகாது. அதன் மேற்கூரை தகர்ந்து போகாது. அந்த மனிதன் வாழும் வரை அது வாழும், அவன் மறைந்த பின்னாலும் பின்வரும் தலைமுறைகளுக்கு அது ஒரு பாதுகாப்பான புகலிடமாக இருக்கும்.

8.ஏழாவது தூண் - பாரபட்சமின்மை

இனம், மொழி, மதம் போன்றவைகளைப் பின்புலமாகக் கொண்ட பாரபட்சத்திலிருந்து விடு பெறுவது என்பது ஒரு பெரும் சாதனையாகும். பாரபட்சம் மனிதனது பாதையில் தடைகற்களை விதிக்கிறது. உடல்நலம், வெற்றி, மகிழ்ச்சி மற்றும் வளமான வாழ்விற்கான தடைக்கற்களை விதிக்கிறது. அதனால், அவன் தொடர்ந்து கற்பனை எதிரிகளை துரத்தியபடி ஓடிக் கொண்டிருக்கிறான். அந்தப் பாரபட்சம் நீங்கும் போது அவை எல்லாம் நண்பர்களாகத் தெரியும். பாரபட்சம் உள்ள மனிதனுக்கு வாழ்க்கை என்பது தடைக்கற்கள் நிரம்ப உள்ள ஓட்டப்பந்தயமாகவே விளங்குகிறது. அந்த தடைகற்களோடு சமரசம் செய்து கொள்ளவும் முடியாது, இலக்கும் அடையப்படாது. பாரபட்சமற்ற மனிதனது வாழ்வு இயற்கை எழில் கொஞ்சும் சூழலில் நடை போடுவதாக உள்ளது. புத்துணர்வு பெறுவதற்கான பானங்களோடு ஓய்வும் கொண்டதாக உள்ளது.

பாரபட்சமின்மையை ஒருவன் பெறுவதற்கு, தன்னுடையப் பார்வை அல்லது தன்னுடையக் கோணம் என்பதிலிருந்து மட்டுமே ஒன்றைப் பார்க்கச் செய்கின்ற, மற்ற கோணங்களிலிருந்து ஒன்றைப் பார்க்க அனுமதிக்காத அந்த அகம்பாவத்தை ஒருவன் நீக்க வேண்டும். இது உண்மையிலேயே ஒரு பெரும் பணி. ஆனால், இது உடனே முடியாது என்றாலும், இதை இப்போதே தொடங்க முடியும். உண்மை "மலைகளையும் நகர்த்தும்". பாரபட்சம் என்பது மனவெளியில் உள்ள மலைத்தொடர்களாகும். பாரபட்சம் கொண்ட ஒருபக்க சார்பு உள்ளவனால் அந்த மலைத்தொடர்களுக்கு அப்பால் வேறு எதையும் காண முடியாது, அதற்கு அப்பால் வேறு எதுவும் இருப்பதாக அவனால் நம்பவும் முடியாது. ஆனால் இந்த மலைகளை நகர்த்தும் போது, காண்பவர்களை வியக்கச் செய்யும் ஒரு அழகிய பரந்து விரிந்த ஒரு காட்சி கிடைக்கும்.

பாரபட்சத்தை, பாகுபாட்டை, முன் ஏற்படுத்திக் கொண்ட தவறான அபிப்ராயத்தை இறுகப்பற்றிக் கொள்வதால் எத்தனை மகிழ்ச்சிகள் இழக்கப்படுகின்றன, எத்தனை நண்பர்கள் துறக்கப்படுகிறார்கள், எவ்வளவு ஆனந்தம் அழிக்கப்படுகிறது, எவ்வளவு வாய்ப்புகள் ஒளி மங்கலாக்கப்படுகின்றன, என்றாலும், பாரபட்சத்திலிருந்து விடுபெறுவது ஓர் அரிதான விஷயமாகவே இருக்கிறது. தங்களுக்கு

ஆர்வமூட்டாத விஷயங்களில் சிலர் பாரபட்சமற்றவர்களாகவே இருக்கிறார்கள். ஆனால் தான் ஆர்வம் கொண்டிருக்கும் ஒரு விஷயத்திற்கு இரு பக்கங்களில் இருந்தும் விருப்பு வெறுப்பின்றி அனைத்து நிதர்சனங்களையும் சான்றுகளையும் கருத்தில் கொண்டு விவாதித்து உண்மையை அடைய எண்ணும் ஒருவனைக் காண்பது அரிதாகவே இருக்கிறது. ஒவ்வொரு ஒரு பக்க சார்பாளனும் தனது நிலைப்பாட்டை உருவாக்கி கொள்கிறான். அவன் உண்மையைத் தேடவில்லை, தனது நிலைப்பாடே சரி, மற்றவை தவறு என்பதில் உறுதியாக இருக்கிறான். தனது நிலைப்பாட்டை தற்காத்து வெற்றி பெறத் துடிக்கிறான். நிதர்சன உண்மைகள், புள்ளி விவரங்கள் மற்றும் சான்றுகளை அடுக்கி தனது பக்கம் உண்மை இருக்கிறது என்று நிரூபிக்க அவன் முயற்சிப்பது இல்லை. ஆனால் தனது நிலைப்பாட்டை கிட்டத்தட்ட சூடான விவாதங்களோடும் போராட்டங்களாலும் தற்காக்கிறான்.

சில நேரங்களில், எந்த வகையான அடிப்படை அறிவோ அல்லது நிதர்சன உண்மைகளின் துணையோ இன்றி பாரபட்சம் ஒருவனை ஒரு முடிவெடுக்கத் தூண்டுகிறது. பின்பு அந்த முடிவை ஆதரிக்காத எந்த ஒரு கருத்தையும் கண்மூடித்தனமாக மறுக்கச் சொல்கிறது. இந்த வகையில் பாரபட்சம் என்பது அறிவை அடைவதற்கு முழு தடையாக இருக்கிறது. அது

ஒருவனை இருளுளிலும் அறியாமையிலும் பிணைக்கிறது. உயர்வான திசைகளில் அவன் மனம் வளர்ச்சி அடைவதைத் தடுக்கிறது. மேலும், சிறந்த மனங்களுடன் தொடர்பை ஏற்படுத்திக் கொள்வதையும் அது தடுத்து அவனது அகம்பாவம் என்னும் இருண்ட தனிமையான சிறையில் அவனை அடைக்கிறது.

பாரபட்சம் என்பது மனதுக்குள் ஒரு புதிய ஒளி புகுவதை, இன்னும் அதிகமான அளவு உணரப்படுவதை, தெய்வீக இசை கேட்கப்படுவதைத் தடுக்கிறது. ஒரு பக்க சார்பாளன் தனது சிறிய, நிலையில்லாத, அற்பமான கருத்தை பிடித்து தொங்கிக் கொண்டிருக்கிறான். உலகில் அது தான் பெரியது என்று நினைக்கிறான். தனது சொந்த கருத்தின் மீது அபிமானம் கொண்டிருக்கிறான். (அது ஒரு வகையான சுய அபிமானமே) அனைத்து மனிதர்களும் அவனது கருத்தை ஏற்க வேண்டும் என்று நினைக்கிறான். அவன் கருத்தோடு உடன்படாத மக்களை எல்லாம் ஏறக்குறைய முட்டாள்களாகக் கருதுகிறான். அவன் கருத்தோடு ஒத்துப் போகிறவர்களைப் பாராட்டுகிறான். அத்தகைய ஒருவன் அறிவைப் பெற முடியாது, உண்மையைக் கொண்டிருக்க முடியாது. தனது (சொந்த மாயைகளினால் உருவாக்கப்பட்ட) கருத்துக்களின் தளத்தில் அவன் சிறைபட்டிருகிறான். அது உண்மையின் தளத்திற்கு வெளியே இருக்கிறது. அவன் ஒரு வகையான

பொய்யான மயக்க நிலையில் திரிகிறான். வாழ்வின் சாதாரண விஷயங்களை அவன் காணும் விதத்தையும் அது தடுக்கிறது. அவனது சொந்த கருத்துக்கள் - வழக்கமாக எந்த அடிப்படையும் இல்லாதவை அவன் மனதை பெரிதும் ஆக்ரமிக்கின்றன. அனைத்துக்கும் ஒரே ஒரு பக்கம் தான் இருக்கின்றது என்ற கற்பனையில் அவன் இருக்கிறான், அது அவன் இருக்கும் பக்கம் தான் என்றும் நினைக்கிறான். ஆனால் அனைத்துக்கும் குறைந்தது இரு பக்கங்களாவது இருக்கின்றன. எவன் எந்த விதமான தனிப்பட்ட விருப்பு வெறுப்பின்றி இரு பக்கங்களையும் ஆராய்கிறானோ அவன் உண்மையைக் கண்டறிவான்.

ஒரு நீதிமன்ற வழக்கில் தங்கள் தரப்பே நியாயம் என்று போராடும் இரு வழக்கறிஞர்களைப் போல உலகமானது தனது முரண்பாடுகளால் பிரிந்து கிடக்கிறது. குற்றம் சாட்டும் தரப்பு தங்கள் தரப்பே நியாயம் என்று நிரூபிக்க அனைத்து விவரங்களையும் சமர்பிக்கிறது. குற்றச் சாட்டை மறுக்கும் தரப்பு அவர்கள் தரப்பு வாதத்தை வைக்கின்றது. ஒவ்வொருவரும் மற்றவர் வழங்கும் விவரத்தை தூக்கி எறிகிறார்கள் அல்லது புறக்கணிக்கிறார்கள். இந்த வழக்கின் நீதிபதி மனிதர்களிடையே உள்ள பாரபட்சமற்ற சிந்தனையாளர். இரு தரப்பு வாதங்களையும் கேட்டு

அனைத்து ஆதாரங்களையும் சீர்தூக்கிப் பார்த்த பின் பாரபட்சமற்ற தீர்ப்பு வழங்கப்படும்.

பிரபஞ்சமெங்கும் காணப்படும் இந்த பாரபட்சமான தன்மை மோசமானது என்று சொல்வதற்கில்லை. மற்ற விஷயங்களில் உள்ள வரம்பு எல்லையைத் தாண்டுவது போலவும் இல்லை. முரண்பாடான, எதிரெதிர் கருத்துக்களைக் கொண்ட இரு தரப்பினரை இயற்கை சமநிலைப்படுத்துகிறது. இது பரிமாண வளர்ச்சியின் ஒரு அம்சமாகும். சிந்தனை ஆற்றலை வளர்த்துக் கொள்ளாத மனிதர்களை அது வளர்த்துக் கொள்ளும் படி தூண்டுகிறது. இந்த கட்டத்தை அனைத்து மனிதர்களும் கடந்தே ஆக வேண்டும். ஆனால் இது இடைப்பட்ட ஒரு பாதை மட்டுமே, சிக்கலான, குழப்பமான, பயணிப்பதற்கு வலி மிகுந்த ஒரு பாதை, பேருண்மையை எட்டுவதற்கான நெடும்பாதைக்கு இட்டுச்செல்லும். பாரபட்சமின்மை முழு வட்டமாக இருக்கும் பகுதி அது. ஒரு பக்க சார்பாளன் பகுதி அளவில் மட்டுமே உண்மையைப் பார்க்கிறான். அது தான் முழுமை என்று நினைக்கிறான். ஆனால் பாரபட்சமற்ற சிந்தனையாளன் அனைத்து பகுதிகளையும் உள்ளடக்கிய முழு உண்மையைப் பார்க்கிறான். உண்மையைப் பகுதி பகுதியாகவும் நாம் பார்க்க வேண்டியது அவசியமாகும். அப்போது தான் அனைத்து பகுதிகளையும் ஒருங்கிணைத்து முழு வட்டத்தை நாம் உருவாக்க

முடியும். அதுவே பாரபட்சமற்ற தன்மையை அடைவதற்கான வழி.

முன்னரே ஏற்படுத்திக் கொண்ட தவறான அபிப்பிராயங்கள், கருத்துக்களை விலக்கி, விருப்பு வெறுப்பை நீக்கி பாரபட்சமற்ற மனிதன் ஆராய்கிறான். சீர்தூக்கிப் பார்க்கிறான். உண்மையை அறிய வேண்டும் என்பதே அவனது ஒரே விருப்பம். நிதர்சன உண்மைகளும் ஆதாரங்களும் பேசட்டும் என்று இருக்கிறான். தனது விருப்பம் என்ற எதையும் அவன் முன் நிறுத்தவில்லை. காரணம், உண்மை மாற்றப்பட முடியாதது என்று அவன் அறிவான். அவனது விருப்பம் எந்த வகையிலும் உண்மையின் மீது எந்த ஒரு பாதிப்பையும் ஏற்படுத்த முடியாது. உண்மை ஆராயப்பட்டுக் கண்டுணரப்பட முடியும். ஒரு பக்க சார்பாளன் சந்திக்கும் பெருமளவிலான பதட்டம் மற்றும் உரசல்களிலிருந்தும் அவன் அதனால் விடுபட்டிருக்கிறான். மேலும் அவன் உண்மையை நேருக்கு நேராக நோக்குகிறான். அதனால் சாந்தமானவனாக, நிம்மதியானவனாக இருக்கிறான்.

பாரபட்சத்திலிருந்து விடுப்பட்டு இருப்பது என்பது அந்தளவு அரிதான ஒன்றாகும். எனவே, எங்கெல்லாம் பாரபட்சமற்ற சிந்தனையாளன் ஒருவன் இருக்கிறானோ, அவன் விரைவிலோ அல்லது சிறிது காலம் கடந்தோ உலகின் மதிப்பில் ஒரு உயர்ந்த இடத்தை வகித்து உலகம் செல்ல

வேண்டிய பாதைக்கு வழிகாட்டுவான். பெரிய பதவியாக அது இருக்க வேண்டும் என்று அவசியமில்லை, ஆனால் தாக்கத்தை ஏற்படுத்தும் ஒரு தளத்தில் இருப்பான். இப்போதும் அப்படி ஒருவர் இருக்கலாம். அவர் தச்சராகவோ, அல்லது நெசவாளியாகவோ அல்லது எழுத்தராகவோ இருக்கலாம். அவர் வறுமையில் இருக்கலாம் அல்லது கோடீஸ்வரராக இருக்கலாம். அவர் உயரமாக அல்லது குள்ளமாக, எந்த நிறத்திலும் இருக்கலாம். அவர் எப்படிப்பட்டவராக இருந்தாலும் சரி, எங்கிருந்தாலும் சரி, இது வரை அறியப்படாதவராக இருந்தாலும் அவர் உலகை இயக்கத் தொடங்கி விட்டார். அவர் ஒரு நாள் புதிய ஆற்றலாக, பரிணாம வளர்ச்சியின் படைப்பு மையமாக உலகமெங்கும் அறியப்படுவார்.

ஆயிரத்து தொள்ளாயிரம் ஆண்டுகளுக்கு முன் அப்படி ஒருவர் இருந்தார். அவர் எழுத்தறிவில்லாத ஒரு ஏழை தச்சர் ஆவார். அவர் தமது சொந்த உறவினர்களாலே பைத்தியக்காரராகக் கருதப்பட்டார். தமது நாட்டு மக்களாலேயே ஒரு கொடூரமான தண்டனைக்கு உள்ளானார். ஆனால் அவர் விதைத்த விதைகள் முழு உலகின் மீதும் ஒரு தாக்கத்தை ஏற்படுத்தி மாற்றியுள்ளன.

இருப்பத்தி ஐந்து நூற்றாண்டுகளுக்கு முன் அப்படி ஒருவர் இந்தியாவில் வாழ்ந்தார். அவர் மிகுந்த கல்வி அறிவு பெற்றவர். ஒரு குறுநில அரசரின் மகன். அவர் செல்வச் செழிப்பை எல்லாம் துறந்து வீடற்ற துறவியானார். இன்று மனித குலத்தின் மூன்றில் ஒரு பங்கு அவரது தாக்கத்தால் தங்களைக் கட்டுப்படுத்திக் கொண்டு உயர்வடைகின்றது.

"கடவுள் ஒரு சிந்தனையாளனை அவிழ்த்து விடும் போது கவனமாக இருங்கள்" என்கிறார் எமர்சன். பாரபட்சத்தால் பிணைக்கப்பட்ட ஒருவன் சிந்தனையாளனாக இருக்க முடியாது. அவன் ஒரு கருத்தைத் தூக்கிப் பிடிப்பவனாக மட்டுமே இருக்கிறான். ஒவ்வொரு கருத்தோட்டமும் அவனது குறிப்பிட்ட பாரபட்சமான எண்ண வளையத்திற்குள் நுழைய வேண்டும். பின் அதன் சாயத்தைப் பெற வேண்டும். எனவே விருப்பு வெறுப்பற்ற சிந்தனையும் பாரபட்சமற்ற முடிவும் எடுப்பது சாத்தியமில்லாததாகிறது. அவன் எந்த ஒரு விஷயத்தையும் அவனது கருத்துடன் தொடர்புள்ள வகையிலேயே பார்க்கிறான் அல்லது அவனது கருத்துடன் ஒரு கற்பனையான தொடர்பை ஏற்படுத்திக் கொண்டு பார்க்கிறான். ஆனால், சிந்தனையாளன் அதை உள்ளவாறே பார்க்கிறான். எவன் ஒருவன் தன் மனதை பாரபட்சமான தன்மையிலிருந்தும் அகபாவத்திலிருந்தும் தூய்மை படுத்திக் கொண்டுள்ளானோ, அவன் ஆற்றலின்

மையத்தை அடைந்து விட்டான். அவன் அறிகிறானோ இல்லையே அவனிடமிருந்து புறப்படும் இந்த ஆற்றல் பெரும் தாக்கம் கொண்டதாக இருக்கும். அவனிடமிருந்து அதை பிரிக்க முடியாது. மலரிலிருந்து வாசத்தை பிரிக்க முடியாதது போல அது அவனது வார்த்தைகளில், செயல்களில், உடல் அசைவுகளில், மன ஓட்டங்களில், அவனது அமைதியில், அவனது உடலின் அசையாத நிலையிலும் இருக்கும். அவன் எங்கே சென்றாலும், பாலைவனத்துக்கே சென்றாலும், அவனுக்கான பெரும் விதியிலிருந்து அவன் தப்ப மாட்டான். காரணம், ஒரு பெரும் சிந்தனையாளன் உலகின் மையமாக இருக்கிறான். அனைத்து மனிதர்களும் அவனை மையமாக கொண்டு தங்களது சுழற்சி பாதையில் சுழல்கிறார்கள். அனைத்து எண்ணங்களும் அவனை நோக்கிச் செல்கின்றன.

மனிதகுலம் வெறியுணர்வு என்னும் சுழலில் சிக்கித் திணறுகின்ற போது உண்மையான சிந்தனையாளன் அதைக் கடந்து அதற்கு அப்பால் உள்ளதைக் காண்கிறான். சொந்த விருப்பு வெறுப்புகளுக்கு அவன் முக்கியத்துவம் அளிப்பது இல்லை. காரணம், எதையும் சார்ந்திராத அடிப்படை கோட்பாடுகளின் முக்கியத்துவத்தைப் பற்றிக் கொண்டு விட்டான். எனவே, ஆணவ ஆசைகளுக்கான போரில் அவன் பங்கெடுப்பதில்லை. அதில் எந்த பக்கமும் சாராத

பார்வையாளனாக மட்டுமே இருக்கிறான். இருசாராரையும் சம அளவில் நோக்குகிறான். போராட்டத்தின் காரணத்தையும் அர்த்தத்தையும் புரிந்து கொள்கிறான்.

பெரும் ஆசான்கள் மட்டுமல்ல, பெரும் இலக்கிய படைப்பாளர்களும் பாரபட்சத்திலிருந்து விடுபட்டவர்களே. அவர்கள் உண்மையான கண்ணாடி போல பாரபட்சமின்றி நிகழ்வுகளின் விளைவுகளைப் பிரதிபலிக்கிறார்கள். வால்ட் விட்மேன், ஷேக்ஸ்பியர், பால்ஸாக், எமர்சன், ஹோமர் ஆகியோர் அப்படிப்பட்டவர்களே. இந்த மனங்கள் சிறிய வட்டத்துக்கு உட்பட்டவை அல்ல. ஆனால் முழு உலகிற்குமானது. அவர்கள் மனப்பான்மை தனிப்பட்டதாக இருக்காது. பிரபஞ்ச மனப்பான்மையாக இருக்கும்.

அனைத்து உலக நீதிகளும் அவர்களது படைப்பில் இருக்கும். மனித குலத்திற்கு வழிகாட்டியாக இருக்கிறார்கள். வெறியுணர்வு என்னும் காய்ச்சலில் சிக்கி தவிக்கும் மனித இனத்தை அதன் நிம்மதி என்னும் நிலத்திற்கு அழைத்து வருவார்கள்.

உண்மையான சிந்தனையாளன், மனிதர்களுள் சிறந்தவன் ஆவான். அவன் மிக உயர்ந்த நிலையை அடைய விதிக்கப்பட்டிருக்கிறான். பாரபட்சமற்ற மனது தெய்வீகத்தை அடைந்திருக்கிறது. பேருண்மையின் ஒளி வெள்ளத்தில் உறைகிறது.

பாரபட்சமற்ற தன்மையின் நான்கு பெரும் கூறுகளாக இருப்பன

1. நியாயம்

2. பொறுமை

3. சாந்தம்

4. மெய்யறிவு

கொடுப்பது மற்றும் பெறுவது ஆகியவற்றில் சம மதிப்புடன் இருப்பதே நியாயம் ஆகும். "பேரம் பேசி அடி விலைக்கு வாங்குதல்" என்பது ஒரு வகையான திருட்டு ஆகும். அதன் அர்த்தம், வாங்குபவன் தான் வாங்கும் பொருளின் ஒரு பகுதிக்கு மட்டுமே விலையைத் தருகிறான், மீதம் அவனது முழு இலாபம் ஆகின்றது. விற்பவனும் பேரத்தை ஏற்றுக் கொண்டு அதை ஆதரிக்கிறான்.

நியாயமான மனிதன் தனக்கு மட்டுமேயான ஒரு சாதகமான அம்சத்தை அடைய முயற்சிப்பதில்லை. அவன் பொருட்களின் உண்மை மதிப்பை கருதுகிறான். தனது பரிமாற்றங்களை அதற்கு ஏற்ப செய்கிறான். அவன் எது சரியோ அதைத் தருகிறான். எவ்வளவு தந்தால் போதும் என்பதை அவன் நினைப்பதில்லை. சரியானதே இறுதியில் நன்மை தரும் என்று அவன் அறிந்திருக்கிறான். மற்றவர்களுக்கு அனுகூலமில்லாததை ஏற்படுத்தக்கூடிய தனக்கான அனுகூலத்தை அவன்

நாடுவது இல்லை. ஒரு நியாயமான செயல்பாடு, பரிமாற்றம் செய்த இரு தரப்பிற்கும் சம அளவில் நன்மை அளிக்கும். "ஒருவனது நட்டம் இன்னொருவனது இலாபம்" என்றால் அதன் பொருள் அந்த மீதம் பின்னர் சரி செய்யப்படும். அநியாயமாக சம்பாதிக்கும் இலாபம் வளமான வாழ்விற்கு இட்டுச் செல்லாது, ஆனால் தோல்வியைத் தான் கொண்டு வரும். புத்திசாலித்தனமான பரிமாற்றம் என்ற பெயரில் ஒரு நியாயமான மனிதன் அநியாயமான இலாபத்தைப் பெற மாட்டான்.

பேரம் பேசும் தன்மை என்பது வணிகத்தின் உண்மையான தன்மை அல்ல. அது சுயநலமான மற்றும் திருடும் நோக்கத்தைக் கொண்டு எந்த ஒன்றும் தராமல் ஏதோ ஒன்றைப் பெற நினைக்கிறது. நேரான வணிகம் செய்பவன் தன் வணிகத்தில் எந்த வகையான பேரமும் இல்லாமல் பார்த்துக் கொள்கிறான், நியாயமான கண்ணியமான முறையில் அதை கட்டி எழுப்ப முயல்கிறான். அவன் தரமான சரக்கை வழங்குகிறான், சரியான விலையை நிர்ணயிக்கிறான். அதை அவன் மாற்றுவதில்லை. ஏமாற்றும் வியாபாரங்களில் ஈடுபட்டு அவன் கைகளைக் கறைபடுத்திக் கொள்வது இல்லை.

ஒரு வியாபாரியிடம் விலையை அடித்து பேசும் வாடிக்கையாளர்கள் தங்களைத் தாங்களே தரம் தாழ்த்திக் கொள்கிறார்கள். அவர்களது செயல்பாடு பின்வரும் இரண்டில் ஒன்றையோ அல்லது இரண்டையுமே குறிக்கிறது. அதாவது, அந்த வியாபாரி நேர்மையற்றவன், அதிக விலைக்கு விற்கிறான் என்று நினைக்கிறான் (சந்தேகப்படும் ஒரு கீழ்நிலை மனப்பான்மை) அல்லது அவனது இலாபத்தை இவன் சம்பாதிக்க நினைக்கிறான் (அதற்கு நிகரான ஒரு கீழ்நிலை மனப்பான்மையே) விலையை அடித்து இறக்குவது ஒரு நேர்மையற்ற செயலே. அதை மிக கவனமாக செய்பவர்கள் தான் விலையேற்றம் என்று கூக்குரலிடுவார்கள். அதில் ஆச்சரியப்பட எதுவும் இல்லை. காரணம், அவர்கள் தான் எப்போதும் விலையை மற்றவர்கள் மீது திணிக்கிறார்கள்.

இன்னொரு புறம், தனது வாடிக்கையாளரிடமிருந்து முடிந்த வரை கறக்க நினைக்கும் வியாபாரி. பொருட்களின் நியாயமான விலையை அவன் பொருட்டாகக் கருதுவதில்லை. அவன் ஒருவகையான திருட்டைச் செய்கிறான். தனது வெற்றியில் விஷம் மெதுவாக கலக்க வழி செய்கிறான். காரணம், அவனது செயல்பாடுகள் நிச்சயம் அவனை வந்து தாக்கும்.

சே.அருணாசலம்

ஐம்பது வயது மதிக்கத்தக்க நபர் ஒருவர் சமீபத்தில் என்னிடம் "நான் என் வாழ்நாள் முழுவதும் பொருட்களுக்கு 50 சதவீதம் அதிகமாகக் கொடுக்கிறேன்" என்றார். நியாயமான ஒருவன், தான் அதிகம் கொடுத்து விட்டதாக ஒரு போதும் நினைக்க மாட்டான். காரணம், நியாயமற்றதாக அவன் கருதினால் அந்த பரிமாற்றத்தை மேற்கொள்ள மாட்டான். ஆனால் பொருட்களுக்கு பாதி விலையை கொடுக்க நினைக்கும் ஒருவன், அதற்கு இரு மடங்கு விலையைக் கொடுத்ததாக வருந்துவான். நியாயமான ஒருவன், பொருட்களுக்கு அதன் முழு மதிப்பை மகிழ்ச்சியாக வழங்குவான். கொடுக்கிறானோ அல்லது பெறுகிறானோ, அவன் மனம் குழப்பமில்லாமல் இருக்கும். அவன் நிம்மதியாக இருப்பான்.

எல்லா வகையான குறுக்கு வழிகளையும் மனிதன் கைவிடட்டும். நியாயமாக நடக்க முயற்சிக்கட்டும். காரணம், அவன் நியாயமாக இல்லை என்றால் அவனால் நேர்மையாக, தாராளமாக அல்லது ஆளுமையாக இருக்க முடியாது. அவன் மாறுவேடம் பூண்ட திருடன் போல் நடந்து கொள்கிறான். எவ்வளவு அதிகமாக பெற முடியுமோ பெறுகிறான், எவ்வளவு குறைவாக தர முடியுமோ தருகிறான். எல்லா வகையான பேரம்

பேசுதலையும் அவன் கைவிடட்டும். வெற்றியை ஈட்டித்தருகின்ற கண்ணியத்தோடு தன் வணிகத்தை நடத்தி பேரம் பேசுபவர்களுக்கு சிறப்பான வழியை அவன் கற்றுத்தரட்டும்.

பாரபட்சமற்ற மனிதனின் குணயியல்பில் மின்னும் அணிகலனாக இருப்பது பொறுமையே. ஒரு குறிப்பிட்ட செயல்பாட்டில் கடைப்பிடிக்கப்படும் பொறுமை அல்ல - பின்னல் வேலை செய்யும் பெண் போலோ அல்லது விளையாட்டுப் பொருட்களை அடுக்கி விளையாடும் சிறுவர் போலோ அல்ல, ஆனால், எல்லா நேரங்களிலும் ஒரு இனிமை கலையாத மனநிலையில் இருப்பது. மிகச் சோதனையான கட்டத்திலும் எந்த சோதனையோ அல்லது தண்டனையோ உடைக்க முடியாத, மாறாத, கனிவான வலிமையுடன் இருப்பது. அது ஒரு அரிதான உடைமை, உண்மை தான். ஒரு நீண்ட காலத்திற்கு பெரும்பான்மை மனிதகுலத்திடம் இதை எதிர்பார்க்க முடியாது. ஆனால் படிநிலை படிநிலையாக இதை அடைய முடியும். இத்தகைய பொறுமையில் ஒரு பகுதி அளவு இருந்தாலும் அது மனிதனது வாழ்விலும் செயல்பாடுகளிலும் அதிசயங்களை நிகழ்த்தும், பொறுமையின்மை நிச்சயம் வாழ்வை சீர்குலைக்கும் என்பதைப் போல. பொறுமையற்றவன் அழிவை நோக்கிய பாதையில் விரைவாக செல்கிறான். சின்ன புகார் அல்லது விமர்சனம் வந்தாலும் தீ பொறி பட்ட வெடி மருந்து

தூள் போல வெடிப்பவனுடன் யார் தொடர்ந்து பரிமாற்றம் செய்ய விரும்புவார்கள். அவனது நண்பர்களும் அவனைக் கைவிடுவார்கள். சிறிய கருத்து வேறுபாட்டில் அல்லது தவறான புரிதலுக்குக் கடுமையாகத் தாக்கி பேசும் ஒருவனை யார் நட்பாகக் கொள்ள விரும்புவார்கள்.

ஒருவன் பயனுள்ளவனாக இருக்க விரும்பினால், ஆற்றல் மிக்கவனாக இருக்க விரும்பினால், வளமான வாழ்வை விரும்பினால், அவன் பொறுமையின் அழகான பாடங்களைக் கற்றுக்கொள்ள வேண்டும், தன்னைப் புத்திசாலித்தனமாகக் கட்டுப்படுத்திக் கொள்ளத் தொடங்க வேண்டும். அவன் மற்றவர்களை எண்ணி பார்க்க வேண்டும். தனது நன்மைக்காக மட்டும் செயல்படாமல் அவர்கள் நன்மைக்காகவும் செயல்பட வேண்டும். அவர்களுக்காக வலியையும் நீண்ட துன்பத்தையும் கூட அவன் பொறுத்துக் கொள்ள வேண்டும். முக்கியமான விஷயங்களில் தன்னுடையக் கருத்தில் இருந்து மாறுபட்டவர்களுடன் எப்படி இதயத்தில் எந்த சலனமும் இல்லாமல் இருப்பது என்று அவன் கற்றுக் கொள்ள வேண்டும். நஞ்சை அருந்துவதைத் தவிர்ப்பது போல வாய் சண்டைகளை அவன் தவிர்க்க வேண்டும். கருத்து மாறுபாடுகள் அவனுக்கு வெளி இருந்து தொடர்ந்து எழவே செய்யும், ஆனால் அவற்றை எதிர்கொள்ள அவன் தன்னை வலிமைப்படுத்திக் கொள்ள வேண்டும்.

பொறுமையைக் கடைப்பிடித்து எப்படி ஒரு ஒத்திசைவான சூழலை உருவாக்க வேண்டும் என்று அவன் கற்று அறிந்திருக்க வேண்டும்.

சண்டையும் வாய்தகராறும் வழக்கமாக நிகழ்பவை. அது இதயத்தைக் காயப்படுத்தும், மனதைக் குழப்பும். பொறுமையைக் கடைப்பிடிப்பது அரிதானது. அது இதயத்தை வளப்படுத்தும், மனதை அழகுப்படுத்தும். ஒவ்வொரு பூனையும் சீறிப்பாயலம். அதற்கு எந்த முயற்சியும் தேவையில்லை. கட்டுப்பாடில்லாமல் நடப்பது ஒன்றே போதும். ஆனால் மனிதகுலத்தின் குறைபாடுகளைப் பொறுமையாக ஏற்று வலியை தாங்கி அனைத்து சூழல்களையும் கடந்து வருவது ஒரு மனிதனால் மட்டுமே முடியும். ஆனால், பொறுமை வெல்லும். மென்மையான நீர், கடினமான பாறையை அரித்து எடுப்பது போல, பொறுமை அனைத்து எதிர்பார்ப்புகளையும் கடந்து வரும். அனைத்து இதயங்களையும் வெல்லும். அது கட்டுப்படுத்தி ஆளும்.

பொறுமை குணத்துடன் துணையாக இருப்பது சாந்த குணம். அது ஒரு மிகச் சிறந்த குணம். வெறியுணர்வு என்னும் கொந்தளிக்கும் கடலில் அலைபாய்ந்து திரிந்து விடுதலைப் பெற்ற ஆன்மாக்களுக்கு ஓர் நிம்மதியான அடைக்கலம். எவன் அதிகம் துன்பப்பட்டு இருக்கிறானோ, அதிகம் தாங்கி கொண்டு இருக்கிறானோ, அதிகம்

அனுபவம் அடைந்திருக்கிறானோ அவனுக்கே இந்த குணம் அமையப்பெறும்.

சாந்த குணம் இல்லாதவன் பாரபட்சமற்றவனாக இருக்க முடியாது. ஆர்ப்பரிப்பான கொண்டாட்டம், முன்னரே ஏற்படுத்திக் கொண்ட அபிப்பிராயம் மற்றும் பாரபட்சம் ஆகியன குழப்பமான வெறியுணர்வுகளில் இருந்து எழுகின்றன. ஒரு தனிப்பட்ட உணர்வு தாக்கப்படும் போது, அணையிலிருந்து வெளிவரும் தண்ணீர் போல அது பொங்கி வரும். தனிப்பட்ட உணர்வுகளுக்கு இடமளிக்காமல் சாந்தமான மனிதன் இத்தகையக் கொந்தளிப்புகளைத் தவிர்க்கிறான். தனக்காக அவன் சிந்தித்து உணர்வது போல மற்றவர்களுக்காகவும் சிந்தித்து உணர்கிறான். தனது கருத்துக்கு வழங்கும் மதிப்பை மற்றவர்கள் கருத்துக்கும் வழங்குகிறான். தனது பணி மட்டும் தான் முக்கியம் என்று அவன் கருதுவதில்லை, மற்றவர்களது பணியும் சம அளவில் முக்கியம் வாய்ந்தது என்று கருதுகிறான். மற்றவர்களைத் தாழ்த்தி தனக்கான உயர்வுக்காக அவன் போராடுவதில்லை. தனக்கான சுயமுக்கியத்துவத்தை அவன் வளர்த்துக் கொள்ளாததால் அவன் தூக்கி எறியப்பட முடியாமல் இருக்கிறான். அவன் ஆணவத்தை விலக்கி உண்மையை அடைகிறான். ஒவ்வொன்றுக்குமான தொடர்பை அவன் உணர்கிறான். அவன் எரிச்சல் அடையாமல்

தன்னைக் கட்டுப்படுத்தி ஆள்கிறான். எரிச்சல் மூட்டக் கூடியதாக எதையும் அவன் காண்பது இல்லை. தான் காண்கின்ற விதத்தில் மற்றவர்கள் காணாததால் அவன் அவர்களோடு எரிச்சல் அடைவது இல்லை. மனங்கள் ஒவ்வொன்றும் ஒவ்வொரு மாதிரி. சாந்தமான மனிதன் மனித இயல்பில் உள்ள இந்த வித்தியாசங்கள் தவிர்க்க முடியாதவை என்று உணர்ந்திருக்கிறான்.

சாந்தமான, பாரபட்சமற்ற மனிதன் மகிழ்ச்சியானவன் மட்டும் அல்ல. அவன் அனைத்து ஆற்றல்களையும் தன் கட்டுப்பாட்டில் வைத்திருக்கிறான். அவன் சலனமற்று இருக்கின்றான். தெளிந்து பதட்டமின்றி தனது முழு கட்டுப்பாடோடு செயல்படுகிறான். எரிச்சல் அடைபவன் பாடுபட்டு நேரம் எடுத்து முடிப்பதை இவன் விரைவாக, எளிதாக அழகாக முடிக்கிறான். அவன் மனம் தூய்மையாக, நிதானமாக, கவன குவிதலோடு இருக்கிறது. எந்த நொடியிலும், வழங்கப்பட்ட குறிப்பிட்ட பணியின் மீது அவன் ஆற்றலை பழுதின்றி செலுத்த முடியும். சாந்தமான மனதில் அனைத்து முரண்பாடுகளும் சரி செய்யப்படுகின்றன. தொடரும் நிம்மதியோடும் ஒளி வீசும் மகிழ்ச்சியோடும் அது இருக்கும். எமர்சன் குறிப்பிடுவது போல சாந்த குணம் என்பது நிலையான மகிழ்ச்சி இடையறாது இருப்பது.

சாந்தமான மனம் என்பது வேறு, அலட்சியமான மனம் என்பது வேறு. அலட்சியமான மனது சாந்தமான மனதின் எதிர்துருவம் ஆகும். அலட்சியம் உயிரோட்டம் இல்லாதது. சாந்த மனம் உயிரோட்டம் நிரம்பியது. முழு ஆற்றலுடன் இருப்பது. சாந்த குணம் கொண்டவன் தன்னை முழுமையாகக் கட்டுப்படுத்தி ஆள்கிறான் அல்லது ஒரு அளவு கட்டுப்படுத்தி ஆள்கிறான். தன்னுள் உள்ள சுயநலத்தை அவன் வெற்றிகரமாகக் கடந்திருக்கிறான். மற்றவர்களிடமுள்ள சுயநலத்தை எப்படி எதிர்கொண்டு மீண்டு வர வேண்டும் என்று அவனுக்குத் தெரியும். எந்த ஒரு போட்டி சூழலிலும் சாந்தமானவனே வெற்றிப் பெறுவான். அவன் சாந்த குணத்தை இழக்காத வரை தோல்வி சாத்தியமில்லாதது.

சுய கட்டுப்பாடு செல்வ வளத்தை விட மேலானது. சாந்தகுணம் ஒரு நிலையான பேரருள் ஆகும்.

பாரபட்சமற்ற மனிதனுடன் எப்போதும் மெய்யறிவு உடனுறையும். அவளது ஆலோசனை அவனை வழிநடத்தும். அவளது இறகுகள் கேடயமாக அவனைப் பாதுகாக்கும். இனிய பாதைகளின் வழியே மகிழ்ச்சியான சேர் இடங்களுக்கு அவள் அவனை அழைத்துச் செல்வாள்.

மெய்யறிவு பல கோணங்களை உடையது. மற்றவர்களுக்கு ஏற்ற வகையில் மெய்யறிவு கொண்டவன் தன்னைத் தயார்படுத்திக் கொண்டு நடந்து கொள்வான். அவன் மற்றவர் நலனுக்காகச் செயல்படுவான். ஆனால் அறநெறி விதிகளை மீறமாட்டான். முட்டாளால் மற்றவர்களுக்கு ஏற்ப தகுந்த முறையில் தன்னைத் தயார்படுத்திக் கொண்டு நடக்க முடியாது. அவன் தனக்காக மட்டுமே செயல்படுவான். அவன் அறநெறி விதிகளை மீறுவான். பாரபட்சமற்ற ஒவ்வொரு செயலிலும் ஒரு படிநிலை அளவில் மெய்யறிவு கலந்துள்ளது. அந்த பாரபட்சமற்ற மன பிரதேசத்தை ஒருவன் அடைந்து விட்டால், அந்த மன வெளியை அவன் அனுபவித்து விட்டால் அவனால் மீண்டும் மீண்டும் அதை மீட்க முடியும். இறுதியாக, அதில் தன்னை நிலைநிறுத்திக் கொள்ளும் வரை.

மெய்யறிவான ஒவ்வொரு எண்ணமும், சொல்லும், செயலும் உலகிடம் ஏதோ ஒன்றை எடுத்துரைக்கிறது. காரணம், அது தனக்கத்தே உயர்வானதை கொண்டுள்ளது. மெய்யறிவு என்பது அறிவுக் கிணறு, ஆற்றலின் ஊற்று. அது ஆழமானது. அனைத்தையும் உள்ளடக்கியது. மிகச் சிறிய விவரங்களையும் தழுவி துல்லியமாக செயல்படும். மிக பரந்ததாக இருந்தாலும் எந்தச் சிறிய ஒன்றையும் காணாமல் புறந்தள்ளாது. மெய்யறிவான மனம் என்பது இந்த உலகைப்

போல. அனைத்தும் அதனதன் இடத்தில் இருப்பதால் எதுவும் பாரத்தை ஏற்படுத்துவது இல்லை. உலகைப் போலவே அதுவும் சுதந்திரமாக இருக்கிறது. எந்த கட்டுப்பாட்டையும் அறியாதிருக்கிறது. அது ஒருபோதும் தறிகெட்டு உழல்வது இல்லை, தவறு செய்வதில்லை, குற்றம் செய்வதில்லை, பின்பு வருந்துவதும் இல்லை. முட்டாள் என்பது அழுகின்ற குழந்தை என்றால் மெய்யறிவு என்பது ஒரு வளர்ந்த மனிதன். பிறரை சார்ந்திருக்கும் பலவீனத்திலிருந்து அவன் மீண்டு விட்டான். குழந்தை தன் அறியாமை காரணமாக செய்யும் தவறுகளையும் அனுபவிக்கும் தண்டனைகளையும் அவன் கடந்து விட்டான். அவன் நிமிர்ந்த நன்னடையோடு நிதானமானவனாக, வலிமையானவனாக அமைதியானவனாக இருக்கிறான்.

புரிதல் உள்ள மனதிற்குப் புறத்திலிருந்து எந்த ஆதரவும் தேவையில்லை. அது அறிவு என்ற தளத்தின் மீது தன்னால் நிற்கும். அது புத்தக அறிவு அல்ல. ஆனால் கனிந்த அனுபவம். அது அனைத்து மனங்களின் ஊடாகவும் சென்றிருக்கிறது. எனவே அவற்றை அறியும். அது அனைத்து இதயங்களோடும் பயணித்திருக்கிறது. அவை சுகத்திலும் துக்கத்திலும் பயணிப்பதை அறியும்.

மெய்யறிவு ஒருவனைத் தொடும்போது, அவன் உயர்த்தப்படுகிறான். மாற்றம் அவனுள் ஏற்படுகிறது. புதிய குறிக்கோள்களையும் ஆற்றல்களையும் கொண்டவனாக மாறுகிறான். அவன் அடைவதற்கு என விதிக்கப்பட ஒரு புதிய உயர்ந்த நிலையை எட்ட ஒரு புதிய உலகில் வசிக்கிறான்.

இதுவே பாரபட்சமின்மை என்ற தூணாகும். மிகுந்த வலிமையும் ஒப்பிட முடியாத நுணுக்கமும் கொண்ட இந்தத் தூண் வளமான வாழ்வு என்ற ஆலயத்திற்கு பக்க பலமாகவும் அழகாகவும் இருக்கிறது.

9.எட்டாவது தூண் - தன்னம்பிக்கை

ஒவ்வொரு இளைஞனும் தன்னம்பிக்கை குறித்து எமர்சன் அவர்களின் கட்டுரையை நிச்சயம் படிக்க வேண்டும். இதுவரை எழுதப்பட்டதிலேயே மிக வீரியமான ஆளுமையான கட்டுரை அதுவாகத் தான் இருக்கும். இளைஞர்களிடம் பொதுவாகக் காணப்படும் மனதின் இரு குறைபாடுகளை அது நிவர்த்திச் செய்யும். அதாவது, தன்னைக் குறித்த குறைவான மதிப்பீடு மற்றும் தற்பெருமை. தற்பெருமை கொண்டவனுக்கு அவனுடைய வீண் அலட்டல்களையும் வெற்று ஆரவாரத்தையும் சுட்டுக்காட்டும் அதே நேரம் தன்னைத் தாழ்வாகக் கருதி முடங்கிக் கிடப்பவனின் செயலின்மையையும் பலவீனத்தையும் சாடுகிறது. அது மனிதகுலத்தின் கவுரவத்தை உயர்த்தும் ஒரு புதிய வெளிப்பாடு. பண்டைய கால ஞானிகளுக்கும் தீர்க்கதரிசிகளுக்கும் அளிக்கப்பட்ட வெளிப்பாடு, இந்த இயந்திர யுகத்திற்கு ஏற்ற வகையில் ஒரு நவீன தீர்க்கதரிசியிடமிருந்து ஒரு புதிய இனம் உருவாக வெளிப்பட்டது. அதன் சிறப்பு என்பது அதன் ஊக்குவிக்கும் தன்மையே.

தன்னம்பிக்கையைத் தற்பெருமையோடு குழப்பிக் கொள்ளக் கூடாது. ஒன்று எந்த அளவுக்கு உயர்வானதோ மற்றது அதே அளவுக்கு தாழ்வானது. தன்னம்பிக்கையில் எந்த கீழ்நிலை குணமும் இல்லை. தற்பெருமையில் எந்த உயர்நிலை குணமும் இல்லை.

தனக்குத் தெரியாத விடயங்கள் குறித்த கேள்வி எழுப்பப்படும் போது எங்கே அதற்கு "தெரியாது" என்று கூறினால் தனது அறியாமை வெளிப்படுமோ என்ற கற்பனையாக அஞ்சி தெரிந்தவன் போல நம்பிக்கையோடு யூகங்களை அறிவு என்று முன் வைப்பவன் விரைவில் அறிவில்லாதவனாகக் கருதப்படுவான். அவனது தற்பெருமைக்காக அவனது மதிப்பு இன்னும் குறையும். தனக்குத் தெரியாததை நேர்மையாக ஒப்புக் கொள்வது ஒரு மதிப்பை ஏற்படுத்தும். ஆனால் யூகங்களை அறிவாக பாவிப்பது, பாவித்து முன்வைப்பது கோபத்தை ஏற்படுத்தும்.

யாராவது ஏதாவது சொல்லி விடுவார்களோ என்ற கூச்சமும் தயக்கமும் கொண்டு எதையும் செய்ய அஞ்சுகின்றவன், அங்கீகரிக்கப்பட்ட முறையில் ஒன்றை செய்ய முடியாது என்று எதையும் செய்ய பயப்படுபவன் பலரது கேள்விகளுக்கும் உள்ளாக்கப்படுவான். அவன் ஒரு முழுமையான மனிதன் அல்ல. அவன் மற்றவர்கள் செய்வதை அப்படியே செய்ய வேண்டும். அவனுக்கென்று சுய

செயல்பாடு இல்லை. தன்னுடைய சுய முன்னெடுப்பை மேற்கொள்வதற்கான தன்னம்பிக்கை அவனுக்குத் தேவை. மற்றவர்களை அடிமையைப் போலப் பின்பற்றுவதை விட சுயமாக செயல்பட்டு முன்னுதாரணமாக இருக்க வேண்டும். கேள்வி கணைகள் தொடுக்கப்படுவதால் பாதிப்புக்கு உள்ளாகுபவன் முழு மனிதன் அல்ல. எள்ளி நகையாடும் விமர்சன ஈட்டிகளால், தன்னம்பிக்கை என்னும் வலிமையான கேடயம் பொருந்தியவனை ஒன்றும் செய்ய முடியாது. தகர்க்க முடியாத கோட்டையாக இருக்கும் அவனது நேர்மையான இதயத்தை எதுவும் அசைத்துப் பார்க்க முடியாது. எதிர்பாராத சூழல்கள் கூரிய அம்புகளாக மழை என பெய்தாலும் அவனது நம்பிக்கை என்னும் மார்பு கவசம் அவனை அதிலிருந்து காக்கும்.

"உங்களை நீங்கள் நம்புங்கள்" என்கிறார் எமர்சன். ஒவ்வொரு இதயமும் அந்த இரும்பு தந்தியின் துடிப்பேசைக்கு அதிரும். பல யுகங்களாக மக்கள் புறக் காரணங்களைக் கூறி அதில் சாய்ந்து கொள்கிறார்கள். இன்னமும் அதைத் தொடர்கிறார்கள். அதற்குப் பதிலாக தங்களுடைய இயல்பான கவுரவத்தோடு தங்கள் சொந்த எளிமையில் அவர்கள் சாயலாம். அவ்வாறு செய்வதற்குத் துணிவு பெற்ற சிலரே தலைவர்களாக மேலுயர்த்தப்படுகிறார்கள். உண்மையில் தன்னுடைய இயல்பு தனக்காகப்

பேசட்டும் என்று அஞ்சாமல் இருப்பவனே உண்மையான தலைவன் ஆவான். தனது உண்மை தகுதியோடு துணிந்து இருப்பவனே தலைவன் ஆவான்.

அத்தகைய தலைவனாக வர தலைப்படுபவனுக்கு அவனது வலிமையை பரிசோதிப்பதற்கான சோதனைகள் நிச்சயம் நடக்கும். வழக்கமான மரபுவழியை உறுதியாக பின்பற்றுபவர்களின் முணுமுணுப்புக்களை அவன் சலிக்காமல் எதிர்கொள்ள வேண்டும். அவனது பதவி பறிபோய் விடும் என்றோ அல்லது உள்ளூர் சமூகத்தில் அவனது கவுரவம் பாதிக்கும் என்றோ அவன் அஞ்சக்கூடாது. இவற்றை எல்லாம் சார்ந்து இராமல் பொருட்படுத்தாமல் சுதந்திரமாக செயல்பட அவன் கற்றுக்கொள்ள வேண்டும். அவன் இந்தச் சோதனைகளை எல்லாம் தாங்கி வெல்லும் போது உண்மையான ஒரு தலைவன் ஆகிறான். சமூகம் அவனது கருத்துடன் உடன்பட்டுச் செயல்படும்.

விரைவாகவோ அல்லது காலம் கடந்தோ அனைத்து மனிதர்களும் தன்னம்பிக்கை உள்ள மனிதனின் வழிகாட்டுதலை நாடுவார்கள். சிறந்த மனங்கள் கொண்ட மனிதர்கள் அவனைக் காட்சி பொருளாக்க மாட்டார்கள். அவனது பணியையும் மதிப்பையும் உணர்வார்கள். அதை அங்கீகரிப்பார்கள்.

இனி எதையும் கற்றுக் கொள்ளத் தேவையில்லை என்ற மனப்பான்மையைத் தன்னம்பிக்கை சுட்டிக்காட்டுவதாக நினைக்கக் கூடாது. அத்தகைய மனப்பான்மை பிடிவாத குணத்திலிருந்து எழுகிறது. பலவீனமான அம்சங்களைக் கொண்டிருக்கிறது. பின்னால் சரிந்து விழப்போவதை முன்கூட்டியே அறிவிப்பதாக உள்ளது. பலமான அம்சங்களை அந்தப் பிடிவாதம் கொண்டிருக்கவில்லை, உயர் சாதனைகளை அடைவதற்கான உறுதி மொழியைத் தரும் வகையிலான தன்னம்பிக்கையின் இயல்போடு அது இல்லை. தற்பெருமையும் வீண் பகட்டும் மாறிக்கொண்டே இருக்கும் விடயங்களின் மீது சாய்ந்து இருக்கும்-, பணம், உடை, சொத்து, கவுரவம், பதவி போன்றவைகளின் மீது. இவை தொலைந்தால் அனைத்தும் தொலைந்து விடுகின்றன. தன்னம்பிக்கை நிலையான விடயங்களின் மீதும் அடிப்படை கோட்பாடுகளின் மீதும் சாய்ந்து இருக்கின்றது. தூய்மை, உள்ளத்தில், உண்மை தன்மை, குணயியல்பு, உண்மை, நன்னடத்தை ஆகியவைகளின் மீது. எவை தொலைந்தாலும் அதை ஒரு பொருட்டாக கருதாது இவை தொலையாமல் இருக்கும். எதையும் கற்றுக் கொள்வதற்கான மனப்பான்மை இல்லாமல், தான் ஒன்றை இன்னமும் கற்றுக் கொள்வதான தோற்றம் ஏற்பட்டு விடக் கூடாது என்ற ஆணவம், அதை ஆடம்பரங்களாலும் யூகங்களாலும் மறைக்கிறது. விரைந்து ஓடக்கூடிய

நாளின் பொழுதில் ஆணவமானது அறியாமை மற்றும் மாயத் தோற்றங்களிலும் ஏறி நிற்கிறது. இன்று எந்த அளவுக்கு உயர்ந்த நிற்கிறதோ நாளை அதே அளவுக்குச் சரிந்து விழும். தன்னம்பிக்கை எதையும் மூடி மறைக்க நினைப்பதில்லை. அது கற்றுக்கொள்ள விருப்பம் கொண்டிருக்கிறது. ஆணவம் இருக்குமிடத்தில் பணிவும் இருக்காது. ஆனால் தன்னம்பிக்கையும் பணிவும் இயைந்து செல்லும்; இன்னும் சொல்லப் போனால் ஒன்றுக்கு ஒன்று துணையாக இருக்கும். மிக நுட்பமான தன்னம்பிக்கையின் வடிவம் ஆழமான பணிவுடன் இணைந்து காணப்படுகிறது. "இரு முனைகளும் சந்திக்கும்" என்கிறார் எமர்சன். பணிவை விட உயர்ந்த ஆணவம் இருக்க முடியாது. எந்தச் சக்கரவர்த்தியும், எந்த இளவரசனும் ஒரு துறவிக்கு இருக்கும் சுயமரியாதையோடு போட்டி போட முடியாது. அவனால் எப்படி அவ்வளவு தாழ்மை உணர்வுடன் இருக்க முடிகிறது? தன்னுள் உறையும் தெய்வீகத் தன்மையின் மீது அவன் நிலை கொண்டுள்ளதால் அந்தத் தாழ்வான நிலையை அவனால் ஏற்க இயலும். இது குறித்துப் புத்தர் விளக்கியதாவது, "எவன் ஒருவன், இப்பொழுதோ அல்லது நான் இறந்த பின்போ, தனக்குத் தானே ஒளியாக இருக்க விரும்புபவன், எந்த வெளி உதவியையும் நாடாமல் தன்னை மட்டுமே சார்ந்து இருப்பவன், ஆனால் உண்மையை இறுகப் பற்றிக் கொண்டிருப்பவன், அந்த உண்மையில் மட்டுமே

தனது மீட்சியைத் தேடுகின்றவன், தன்னைத் தவிர வேறு எவரது உதவியையும் நாடாதவன், எனது சீடர்களில் அவனே மிகப்பெரும் உயரத்தை தொடுவான். ஆனால் அவன் கற்றுக் கொள்ள விருப்பம் கொண்டிருக்க வேண்டும்". இந்தக் கூற்றில் புத்தர், ஒருவன் தன்னை மட்டுமே சார்ந்திருக்க வேண்டும் என்பதை வலியுறுத்துகிறார். அவன் கற்றுக் கொள்வதில் ஆவல் கொண்டிருக்க வேண்டும் என்று நல்லுரை செய்கிறார். தன்னம்பிக்கை மற்றும் பணிவு ஆகியவற்றுக்கு இடையே உள்ள சமநிலையை விளக்குகிறார். அந்தச் சமநிலையை உண்மை மீதான தேடல் உள்ளவன் அடைய வேண்டும் எனப் பேராசன் போதிக்கிறார்.

தன்னம்பிக்கையே ஒரு தலைவன் என்பவனின் சாரம்சம். அனைத்துப் பெருமனிதர்களும் தன்னம்பிக்கையானவர்களே. அவர்களை நாம் ஆசான்களாகவும் முன்மாதிரிகளாகவும் கொள்ள வேண்டுமே தவிரக் காட்சி பொருளாக்கக் கூடாது. ஒரு பெருமனிதன், யாரையும் சார்ந்து இராமல் உண்மையின் தனித்துவமான மகத்துவத்தோடு மட்டுமே நிற்பான். உலகமே அவன் மீது அதன் பின் சாயத் தொடங்கும். தங்கள் ஆன்மீகப் பயிற்சியை மேம்படுத்திக் கொள்வதற்குச் சோம்பல் படுபவர்கள் அவனை முன்நிறுத்தி காட்சி பொருளாக்கித் தங்களைத் தாங்களே இழிநிலைபடுத்திக் கொள்வார்கள். பெருமனிதர்களின் வலிமையை

முன்னிறுத்தி நமது குறைபாடுகளை மறைத்து தோற்றமளிப்பதை விட அவர்களிடம் உள்ள ஒளியிலிருந்த நாம் நமது விளக்குகளை ஏற்றுவது சிறந்ததாக இருக்கும். நாம் மற்றவனின் ஒளியை நம்பி இருந்தால் இருள் நம்மை சூழ்ந்து அணைக்கும். அதைத் தவிர்க்க நாம் நமது ஒளியை நம்ப வேண்டும், அது தொடர்ந்து ஒளி சிந்தும்படி செய்ய வேண்டும். நாம் மற்றவர்களிடமிருந்து ஒளியைப் பெற்று அதை பிறருக்கும் வழங்கலாம். ஆனால் அது போதுமானதென்று நினைக்க கூடாது. நாம் இருளில் அகப்படாமல் இருக்க நமது விளக்கு அணையக் கூடாது. நம்மை என்றும் கைவிடாமல் இருப்பது நமது சொந்த உள்ளொளியே.

நாம் எதுவாக இருக்கிறோமோ அதைச் சார்ந்து நாம் நிற்க வேண்டும். மற்றவனது குணத்தைச் சார்ந்து அல்ல. "ஆனால் நான் மிகச் சிறியவன், எளியவன்" என்று கூறுகிறீர்கள். சரி, பரவாயில்லை. இப்போதிருக்கும் அந்தச் சிறியவற்றின் மீது நில்லுங்கள். அது பெரிதாகும். ஒரு குழந்தை தொற்றிக் கொள்ள வேண்டும், அதற்குப் பாலூட்ட வேண்டும். ஆனால் வளர்ந்த மனிதனுக்கு முடியாது. அவன் சொந்தக் காலில் நிற்பான். மனிதர்கள் தங்களுக்கு வேண்டியதை தங்கள் கைகளில் போடுமாறு ஆண்டவனிடம் பிரார்த்தனை செய்கிறார்கள். தாங்கள் உழைத்து சாப்பிட வேண்டியதைத் தங்கள் வாயில் ஊட்ட வேண்டும் என்று நினைக்கிறார்கள். ஆனால் இந்தக்

குழந்தைத்தனமான ஆன்மீகத்திலிருந்து மனிதர்கள் விடு பெறுவார்கள். ஒரு காலம் வரும். அப்போது மனிதர்கள் தங்களுக்காகப் பிரார்த்தனை செய்ய பூசாரிக்கோ அல்லது தங்களுக்குப் போதனை செய்ய போதகருக்கோ பணம் தர மாட்டார்கள்.

மனிதனது பெரிய குறைபாடு எது என்றால் தன் மீது அவனுக்குள்ள நம்பிக்கை குறைவு தான். அதனால் தான் தன் மீது நம்பிக்கை கொண்டவன் தனித்துவம் மிக்கவனாகத் தெரிகிறான். தன்னைப் புழுவாக நினைத்துப் கொள்பவனால் எதை சாதிக்க முடியும்? தன்னை(பணிவில்) தாழ்த்திக் கொள்பவன் உயர்த்தப்படுவான், ஆனால் தன்னை இழிநிலைப்படுத்திக் கொள்பவன் அல்ல. மனிதன் தன்னை உள்ளவாறே காண வேண்டும். தன்னில் ஏதோ குறையோ தகுதி குறைவோ இருந்தால் அதை நீக்கிக் கொள்ள வேண்டும். தகுதியானதை மட்டுமே வைத்துக்கொண்டு அதை சார்ந்து இருக்க வேண்டும். எப்போது அவன் தன்னை இழிவுப்படுத்திக் கொள்கிறானோ அப்போது தான் அவன் இழிந்தவன் ஆகிறான். அவன் உயர் வாழ்வை வாழும் போது உயர்ந்தவன் ஆகிறான்.

மனிதன் தான் சரிந்து கீழே விழுந்ததை ஏன் தொடர்ந்து நினைத்து அசைபோடுகிறான். இது ஒரு குறைபாட்டை கொண்டிருப்பதாக கொள்ளும் தற்பெருமை. பொய்யான பணிவு. ஒருவன் கீழே சருக்கி விழுந்து விட்டால் உடனே எழுந்து செல்வது

தான் புத்திசாலித்தனம். ஒருவன் ஒரு குழிக்குள் விழுந்து விட்டால், அதற்குள்ளிருந்து அந்தப் பக்கமாக போவோர் வருவோரிடமெல்லாம் தனது நிலையைச் சொல்லிக் கொண்டிருக்க மாட்டான். அதிலிருந்து எழுந்து இனி கவனமாக நடப்பான். ஒருவன் தனது தவறு அல்லது குறைபாடு என்னும் குழிக்குள் விழுந்தால், உடனே எழுந்து தன்னைத் தூய்மைப்படுத்திக் கொண்டு மகிழ்ச்சியாகத் தன் பயணத்தைத் தொடரட்டும்.

ஒரு மனிதன் தன் வாழ்வின் எந்தத் தளத்தில் இருந்தாலும் சரி, அவனிடம் தன்னம்பிக்கை ஓரளவு இருந்தாலும், அதனால், அவனது ஈர்ப்பாற்றலும் வளமும் பெருகாமல் போகாது. எந்த பதவியை வகிப்பவர்களானாலும் - அவர்கள், ஒருங்கிணைப்பாளர்களோ, நிகழ்ச்சி ஏற்பாட்டாளர்களோ, மேலாளர்களோ, மேற்பார்வையாளர்களோ, தன்னம்பிக்கை ஒரு இன்றியமையாத கருவியாகும்.

தன்னம்பிக்கையின் நான்கு பெரும் கூறுகளாக இருப்பன:

1. முடிவெடுக்கும் திறன்

2. கொள்கையில் உறுதி

3. சுயமதிப்பு/கவுரவம்

4. சுதந்திரமான செயல்பாடு

முடிவெடுக்கும் திறன் ஒரு மனிதனை வலிமையாக்கும். முடிவெடுக்க முடியாமல் குழம்புபவன் பலவீனமானவன். வாழ்க்கை என்னும் நாடகத்தில் ஒரு பாத்திரத்தை ஏற்று உள்ள ஒருவன் அந்த பாத்திரத்தை உணர்ந்து இருக்க வேண்டும். அது எவ்வளவு சிறியதாக இருந்தாலும் சரி. அவன் எதை குறித்து சந்தேகிக்கிறானோ இல்லையோ தன் பாத்திரத்தில் நடிப்பதற்கான தனது ஆற்றலை அவன் சந்தேகிக்கக் கூடாது. வாழ்வில் தனது பங்களிப்பை உணர்ந்து தன் ஆற்றலை எல்லாம் அதில் போட வேண்டும். தன் பணியை தொடங்குவதற்கு வேண்டிய அடிப்படை அறிவு என்ற தளத்தில் அவன் உறுதியாக நிற்க வேண்டும். அது ஒரு சரக்கின் விலை மற்றும் தரம் என்பது குறித்ததாக மட்டுமே கூட இருக்கலாம். ஆனால் தன் பணியை அவன் முழுமையாக அறிந்திருக்க வேண்டும். தான் அறிந்திருக்கின்றான் என்றும் அவனுக்கு தெரிய வேண்டும். அதற்கான நேரமும் கடமையும் வரும் போது அவன் விடை சொல்லத் தயாராக இருக்க வேண்டும். எந்த ஒரு குறிப்பிட்ட நேரத்திலும் அல்லது எந்த நெருக்கடியான சூழலிலும் தனது கடமையின் செயல்பாட்டில் அவனுக்குத் தயக்கமோ குழப்பமோ இருக்கக் கூடாது. தயக்கத்தோடுச் செயல்படுபவன் தோல்வியடைகிறான் என்ற பழமொழி உண்மை தான். தன் மீது நம்பிக்கை கொள்ளாமல் தயங்கித் தயங்கிச் செயல்படுபவனை, குழம்பிக்

கொண்டிருப்பவனை, யாரும் நம்ப மாட்டார்கள். தனது சரக்கை எங்கே கொள்முதல் செய்வது, அதன் விலை என்ன என்று தெரியாத வியாபாரியோடு யார் வணிகம் செய்வார்கள். ஒருவன் தனது தொழிலை அறிந்திருக்க வேண்டும். தனது சொந்த தொழில் குறித்து அவனுக்கு தெரியவில்லை என்றால், யார் அவனுக்கு அறிவுறுத்த முடியும்? அறிவும் தொழில் திறன் பயிற்சியாலும் மட்டுமே கிடைக்கக்கூடிய இந்த நுட்பமான அறிவை அவன் முழுமனதோடு நம்ப வேண்டும்.

உறுதியாக அறிந்திருப்பது தன்னம்பிக்கையின் ஒரு சிறந்த கூறாகும். தனக்கு வலிமை சேர வேண்டும் என்றால் அவன் உண்மையைத் துணையாகக் கொள்ள வேண்டும். அவன் உறுதியாக அறிந்தவனாக ஒன்றை கூற வேண்டும், ஒப்பிப்பவனாக இருக்கக் கூடாது. அவன் ஒன்றைக் கற்றுக்கொள்ள வேண்டும். தான் நன்கு கற்றிருக்கிறான் என்பதில் அவனுக்குச் சந்தேகம் இருக்கக் கூடாது. அதில் நன்கு தேர்ந்த ஆசான் போலப் புரிதலோடு லாவகமாகக் கையாள வேண்டும். பயிற்சி மாணவன் போலவே எப்போதும் அவன் இருக்கக்கூடாது.

ஒருங்கிணையாமல் சிதறுவதற்கான காரணங்களுள் முடிவெடுக்கும் திறனின்மையும் ஒன்றாகும். ஒரு நிமிடம் தாமதமும் வெற்றி அலையின் திசையை மாற்றலாம். தவறு செய்து விடுவோமோ என அஞ்சி முடிவெடுக்கத் தயங்குபவர்கள், தாங்கள் செயல்படும்போது பெரும்பாலும் தவறையே செய்கிறார்கள். விரைவாகச் சிந்தித்து செயல்படுபவர்கள் பெரும் தவறு செய்வதற்கு குறைவான வாய்ப்புக்களே இருக்கின்றன. எந்த முடிவும் எடுக்காமல் தவறு நேர்வதை விட ஏதோ ஒரு முடிவெடுத்து தவறு நேர்வது மேல். முடிவெடுத்து தவறு நேர்ந்ததில் பிழை மட்டும் தான் இருக்கிறது. முடிவெடுக்காமல் தவறு நேர்ந்ததில் பிழையோடு பலவீனமும் சேர்ந்து இருக்கிறது.

தனக்கு எது தெரியும், எது தெரியாது என்பது குறித்து ஒருவன் அறிந்தவனாக இருக்க வேண்டும். தனது அறிவையும், அறியாமையையும் ஒப்புக்கொள்ளும் விதத்தில் தெரியும், தெரியாது என்று சொல்வதற்குத் தயார் நிலையில் இருக்க வேண்டும். நிதர்சனமான உண்மைகளின் அடிப்படையில் அவன் செயல்பட்டால் இருவேறு கருத்துகளுக்கு இடையே அவன் தாவிக் கொண்டிருப்பதற்கான அவசியம் இருக்காது.

உங்கள் மனதைத் தயார் செய்து விரைவாக முடிவெடுத்துச் செயல்படுங்கள். அதை விட மேலானது, தயார் நிலையில் இருக்கும் மனதோடு இருப்பது. அப்போது முடிவுகள் உடனுக்குடன் தன்னியல்பாக வெளிவரும்.

விரைந்து முடிவெடுக்கும் திறன் உள்ள மனதிலிருந்து, கொள்கைகளில் உறுதி புறப்படும். வாழ்விற்கான சிறந்த ஒழுக்க நடைமுறை மற்றும் வாழ்வின் சிறந்த பாதை ஆகியவற்றின் மீதான இறுதி முடிவு, கொள்கையில் உறுதியே. தான் கொண்ட கொள்கையில், ஆன்மா உறுதி ஏற்றிருக்கிறது என்பதன் அடையாளம் அது. ஒரு நிலையான கொள்கைக்கு உண்மையுடன் இருப்பது அனைத்து உறுதி ஏற்புகளின் உள்உயிராகும்.

நிலையான கொள்கைகளைக் கொண்டிராத மனிதன் பெரிய அளவில் சாதிப்பது இல்லை. சுயநல நோக்கங்களுக்காக மட்டுமே செயல்படுபவன் ஒரு முட்புதரில் சிக்கியுள்ளான். தனது சொந்த அறநெறி இல்லாத இயல்பினால் அதில் மேலும் சிக்கிக் கொள்கிறான். தனது சுயத்தால் உருவாக்கப்பட்ட ஏமாற்றம் என்னும் முட்கள் அவனைக் குத்துகின்றன, சிராய்க்கின்றன.

ஒருவன் தன் சக மனிதர்களிடையே நிற்கும் போது அவனுக்கு என்று ஒரு உறுதியான அடித்தளத்தைக் கொண்டிருக்க வேண்டும். மற்றவர்களது தயவில்

அவன் நிற்பதாக இருக்கக் கூடாது. கொள்கையில் உறுதியின்மை என்பது பலவீனமான குறைபாடு. ஒரு பலமான குறையை விட ஒரு பலவீனமான குறையால் குணயியல்பும் ஈர்ப்பாற்றலும் கீழ்நிலைக்குச் செல்லும். மிருக பலத்தோடு செயல்படுவது ஒரு குறைபாடு தான். ஆனால் அவன் உண்மையை விரைவான பாதையில் அடைந்து விடுவான். தைரியமில்லாதவன், தனக்கு என்று எந்த கொள்கையும் எடுக்கத் தெரியாதவன் ஆகியோரை விட விரைந்து அடைந்து விடுவான். ஆற்றல் என்பது நல்லது, தீயது என இரண்டிற்கும் பொருந்தும். இதை ஒருவன் புரிந்து கொள்ளும் போது, குடிகாரர்களும் வேசிகளும் சமயவாதிகளை விட சுவர்கத்திற்கு வேகமாக செல்வார்கள் என்றால் அவன் ஆச்சரியப்பட மாட்டான். அவர்கள் தாங்கள் தேர்ந்தெடுத்த பாதையில், அது தவறானதாகவே இருந்தாலும், அதில் முழுமையான வலிமையோடு செயல்பட்டிருக்கிறார்கள். தீயதில் இருந்து நல்லதற்கு திரும்ப வேண்டும். அதற்கான வலிமை மட்டுமே வேண்டும். வெறுக்கப்பட்ட பாவி போற்றப்படும் புனிதன் ஆவான்.

ஒருவன் தடம் புரளாத உறுதியான மனதைக் கொண்டிருக்க வேண்டும். அனைத்துப் பிரச்சனைகள், சிக்கல்களையும் எதிர்கொண்டு தாக்குபிடிக்கக் கூடிய கொள்கைகளின் அடிப்படையில் முடிவெடுக்க வேண்டும். குழப்பமான கருத்து முரண்களுக்கு இடையே அது

பாதுகாப்பாக வழிகாட்டும். அவன் தனது கொள்கைக்கு ஏற்ப செயல்பட வேண்டும். இலாபம் அல்லது மகிழ்ச்சியை விட அதுவே அவனுக்கு முக்கியமானதாக இருக்க வேண்டும். உயிரை விட முக்கியமானதாக இருக்க வேண்டும். ஒருவன் தன் கொள்கைகளை ஒருபோதும் கைவிடாதவனாக இருந்தால் அந்த கொள்கைகளும் அவனை ஒருபோதும் கைவிடாது என்பதைக் கண்டுணர்வான். அவை அவனது எதிரிகளிடமிருந்து அவனைக் காக்கும், அனைத்து ஆபத்துகளிலிருந்தும் அவனைப் பாதுகாக்கும். அவன் செல்லும் பாதையில் உள்ள இருளையும் பிரச்சினைகளையும் அகற்ற ஒளியைப் பாய்ச்சும். இருளில் ஒரு ஒளியாக, துக்கத்தில் ஆறுதலாக, உலகின் போராட்டத்துக்கு இடையேயான ஒரு அடைக்கலமாக அது இருக்கும்.

கொள்கை பிடிப்புள்ள மனதை, கம்பீரமான ஆடை அணி செய்வதுபோல், கவுரவம் அணி செய்யும். தீமையுடன் சமரசத்திற்கு உடன்படுபவன் என்று எதிர்பார்க்கப்படும் சூழலின்போது, எவன் ஒருவன், வளையாத எஃகு கம்பி போல இருக்கிறானோ, நன்மையுடன் ஒத்துழைக்க மூங்கில் போல வளைந்து கொடுக்கிறானோ அவன் தன்னுடன் ஒரு கவுரவத்தைச் சுமந்திருக்கிறான். அது தனது இருப்பால் மற்றவர்களைச் சாந்தப்படுத்தி அவர்கள் உணர்வுகளை மேலுயர்த்துகிறது.

நிலையான அடிப்படை கோட்பாடுகளின் மீது எந்த பிடிப்பும் இல்லாத மனம், தனது சொந்த ஆசைகள் அச்சுறுத்தப்படும் போது பிடிவாதமாக இருக்கும். மனம், அதன் நலன் ஊசலாடும் போது வளைந்து கொடுக்கிறது என்றால், அந்த மனம் எந்த சமநிலையும் பெற்றிருக்கவில்லை. அது சாந்தமான மனதாக இருக்காது.

கவுரவம் மிக்க மனிதனை கீழ்நிலைக்குத் தள்ளி அடிமைப்படுத்த முடியாது. காரணம் அவன் தன்னை கீழ்நிலைக்கு அழைப்பதில்லை, தனக்கு அடிமையாக இருப்பதில்லை. ஒரு பார்வையால், ஒரு வார்த்தையால், மெய்யறிவுடனான செய்திகளை சுமந்து கொண்டிருக்கும் அமைதியால், தன்னைக் கீழ்நிலைப்படுத்த முனையும் எந்த முயற்சியையும் முறியடிக்கிறான். வஞ்சகர்களைத் தோலுரித்து வெளிப்படுத்த அவனது இருப்பே போதுமானது, நன்மையை விரும்புவர்களுக்கு அவனது இருப்பே போதுமானது. நன்மையை விரும்புபவருகளுக்கு அவனது இருப்பு, பாறை போன்ற வலிமையை தந்து பக்கபலமாக இருக்கும்.

ஆனால் கவுரவமான மனிதன் மரியாதையைப் பெறுவதற்கு முக்கியமான காரணம், அவன் தனக்கான சுயமதிப்பை வழங்கிக் கொள்வது மட்டுமல்ல, அவன் மற்றவர்களையும் உரிய மரியாதையோடும் கனிவோடும் நடத்துகிறான்.

ஆணவம் தன்னை பெரிதும் அபிமானப்படுத்திக் கொள்ளும். தனக்கு கீழ் உள்ளவர்களை அவமதிக்கும். காரணம், ஒருவன் எந்த அளவு தன் மீது சுய அபிமானம் கொள்கிறானோ அதே அளவு மற்றவர்கள் மீது அவன் அவமதிப்பு கொள்வான். எனவே சுய அபிமானம் அதிகம் இருக்கும் போது ஆணவம் அதிகம் இருக்கும். உண்மையான கவுரவம் சுய அபிமானத்தால் வருவதில்லை, ஆனால் சுயத்தை தியாகம் செய்வதால் வருகின்றது. விருப்பு வெறுப்பு இல்லாமல் நிலையான அடிப்படை கோட்பாடுகளை பின்பற்றுவதால் வருகின்றது. சொந்த விருப்பு வெறுப்புகளை நீக்கி, நீதியின் பால் நிற்பதால் தான் நீதிபதி, அந்த பதவிக்கான கவுரவத்தைப் பெறுகிறார். அவரது சிறிய ஆளுமை நிரந்தரமற்றது. நிலையற்றது. அது ஒன்றும் இல்லாதது ஆகும். ஆனால் நீதி நிரந்தரமானது, நிலையானது, எல்லாமும் ஆகும். ஒரு வழக்கிற்குத் தீர்ப்பு வழங்கும் போது ஒரு நீதிபதி நீதியை மறந்து சுய விருப்பு வெறுப்புக்கு உள்ளாகி பாரபட்சமாக நடந்து கொண்டால் அவர் தன் கவுரவத்தை இழப்பார். எனவே உயர் குணயியல்பு உடையவன் சொந்த விருப்பு வெறுப்புகளைப் புறந்தள்ளி தெய்வீக நீதியின் அடிப்படையில் செயல்படுகிறான். எவன் வெறியுணர்வுக்கு உள்ளாகி செயல்படுகிறானோ அவன் கவுரவத்தை இழப்பான்.

சுயகட்டுப்பாடு இல்லாத மெய்யறிவு இல்லாதவர்களின் கூட்டத்தில் ஒருவனாவான்.

ஒருவன் ஒரு நிலையான கோட்பாட்டின் அடிப்படையில் எந்த அளவு செயல்படுகிறானோ அந்த அளவுக்கு அவன் சலனமற்ற அமைதியோடும் கவுரவமும் பெற்று இருப்பான். அந்த நிலையான கோட்பாடு சரியானதாக இருக்க வேண்டியது அவசியம். அப்படி ஒரு கோட்பாட்டை அவன் உறுதியாகப் பற்றிக் கொண்டிருக்கும் வரை, சுயத்தின் பக்கமாக தடம் புரளாமல் இருக்கும் வரை-, வெறியுணர்வு, பாரபட்சம் ஆகியவை மிக வலிமையுடன் செயல்பட்டாலும், கட்டுப்படுத்தி வெல்ல முடியாத ஒரு நிலையான கோட்பாட்டின் முன் அவை அடிபணியும், அவனது ஒற்றை குறிக்கோளின் முன் அவை அத்தனையும் சேர்ந்து குழம்பி போகும்.

சுதந்திரமான செயல்பாடு என்பது வலிமையும் சுயகட்டுப்பாடும் உடையவனின் பிறப்புரிமை ஆகும். அனைத்து மனிதர்களும் சுதந்திரத்தை விரும்புகிறார்கள். அதற்காக பாடுபடுகிறார்கள். ஏதோ ஒரு வகையான சுதந்திரத்திற்கு அனைவரும் ஆசைப்படுகிறார்கள்.

ஒரு மனிதன் தனக்காகவோ அல்லது சமுதாயத்திற்காகவோ உழைக்க வேண்டும். அவன்

உடல் குறைபாடு உள்ளவனாகவோ மனவளர்ச்சி குன்றியவனாகவோ, ஏதோ வகையில் பாதிக்கப்பட்டவனாகவோ இருந்தாலன்றி எதையும் வழங்காமல் மற்றவர்களை சார்ந்திருப்பதற்கு அவன் வெட்கப்பட வேண்டும். எவன் ஒருவனாவது அத்தகைய நிலையை சுதந்திரம் என்று நினைத்தால், அவன் மிக கீழ் நிலையான அடிமைத்தளையில் சிக்கியுள்ளான் என்று உணரட்டும். ஒரு காலம் வரும், மனித கூட்டில் ஒரு இயந்திரமாக இருப்பது, அது மதிப்பிற்குரிய இயந்திரமாகவே இருந்தாலும் (இப்போதைக்கு) அது இழுக்காகக் கருதப்படும். பொதுவெளியில் அவமானமாகக் கருதப்படும்.

சுதந்திரம், மீட்சி, விடுதலை ஆகியன உழைப்பிலிருந்து வருகின்றன. சோம்பி கிடப்பதிலிருந்து வருவதில்லை. தன்னம்பிக்கை உடையவன், மற்றவரைச் சார்ந்திருக்க முடியாத அளவிற்கு மிக வலிமையானவனாக, மாண்பு மிக்கவனாக, நேர்கொண்டவனாக இருக்கிறான். பால் குடிக்கும் குழந்தை போல அவனால் இன்னொருவனை சார்ந்திருக்க முடியாது. அவன் ஒரு மனிதனாக, ஒரு குடிமகனாக தன் உடல் உழைப்பாலோ அல்லது மூளை உழைப்பாலோ சம்பாதித்து உரிமையோடு வாழ்கின்றான். அவன் பணக்காரனாக இருந்தாலும் சரி அல்லது ஏழையாக இருந்தாலும் சரி, இதைச் செய்கின்றான். பணக்காரனாக இருப்பது சோம்பேறித்தனத்திற்கு

ஒரு சாக்கு அல்ல. இன்னும் சொன்னால், அது மேலும் உழைப்பதற்கான ஒரு வாய்ப்பு. சமுதாயத்திற்கு பயன்பட அரிய வசதி, வாய்ப்புக்களை அது வழங்குகிறது.

எவன் தன்னம்பிக்கையுடன் தன் உழைப்பைச் சார்ந்து வாழ்கிறானோ, அவனே விடுதலை பெற்றவன், சுதந்திரமானவன்.

இந்த எட்டு தூண்களின் இயல்பு இவ்வாறு இங்கு விவாதிக்கப்பட்டுள்ளது. எந்த அடித்தளத்தில் அவை நிலை கொண்டுள்ளன, அவற்றைக் கட்டும் முறை, அவற்றின் மூலப் உட்பொருள், அந்த நான்கு உட்பொருள்களின் இயல்பும் தன்மையும், அவை வகிக்கும் நிலை, அவை எவ்வாறு ஆலயத்தை தாங்கிப் பிடிக்கின்றன என விவரிக்கப்பட்டுள்ளது. இனி எல்லோரும் கட்டலாம். இது குறித்து முழுமையாக அறிந்திராதவர்கள் இனி அறிந்துக் கொள்ளலாம். முழுமையாக அறிந்தவர்கள் வளமான வாழ்வின் வரிசை படிநிலை இங்கு முறைப்படுத்தப்பட்டதற்கு எளிமைப்படுத்தப்பட்டதற்கும் மகிழ்ச்சியுறலாம். இனி வளமான வாழ்வு என்ற ஆலயத்தை காண்போம். அதன் தூண்களின் வலிமை, அதன் சுவற்றின் வலிமை, அதன் மேற்கூரையின் நீடித்த தன்மை, அதன் கட்டிடக்கலை அழகு, அந்த செம்மையின் முழுமை ஆகியவற்றை காண்போம்.

10. வளமான வாழ்வு என்னும் ஆலயம்

இந்த நூலின் கருத்தோட்டத்தை இதுவரை படித்த வாசகர் பணம் சம்பாதிப்பது, வணிக பரிமாற்றங்கள், வெவ்வேறு செயல்திட்டங்களில் வரும் இலாப, நட்டம், விலை நிர்ணயம், சந்தை நிலை, ஒப்பந்தங்கள் மற்றும் வளமான வாழ்வை அடைவதற்கான பல நுணுக்கமான விவரங்கள் குறித்து அறவே எந்த தகவலும் விளக்கப்படவில்லை என்பதை கவனித்திருப்பார். அவை இடம் பெறாததற்கு காரணமான நான்கு அம்சங்கள் பின்வருமாறு.

முதலாவது: நுணுக்கமான விவரங்களால் தனித்து இயங்க முடியாது. அவை அடிப்படையான ஒரு கோட்பாட்டுடன் தொடர்புடையதாக இருந்தால் மட்டுமே இயங்க முடியும்.

இரண்டாவது: நுணுக்கமான விவரங்கள் எண்ணில் அடங்காதவை. அவை தொடர்ந்து மாறிக்கொண்டே இருக்கும். அடிப்படை கோட்பாடுகள் ஒரு சிலவே. அவை என்றும் மாறாதிருக்கும்.

மூன்றாவது: அனைத்து நுணுக்கமான விவரங்களையும் ஒருங்கிணைக்கும் தன்மை அடிப்படை கோட்பாடுகளுக்கே உண்டு. அடிப்படை கோட்பாடுகளாலேயே அவற்றை ஒத்திசைவாக செயல்பட வைக்க முடியும். எனவே அடிப்படை கோட்பாடு சரியானதாக இருந்தால் மற்ற இரண்டாம் கட்ட விவரங்கள் சரியாகவே இருக்கும்.

நான்காவது: எந்த ஒரு வகையான உண்மையை எடுத்துரைக்கும் ஆசானும் அடிப்படை கோட்பாட்டிலிருந்து விலகாமல் இருக்க வேண்டும். அவற்றிலிருந்து விலகி தொடர்ந்து மாறிக்கொண்டே இருக்கும் குறிப்பிட்ட ஒன்றின் தனிப்பட்ட விவரங்களுக்குள் சென்று குழம்பக் கூடாது. காரணம், அது அந்த குறிப்பிட்ட ஒரு வட்டத்துக்கு மட்டுமே பொருந்தும். அவை குறிப்பிட்ட தனி நபர்களுக்கு மட்டுமே பயன்படும். ஆனால் அடிப்படை கோட்பாடுகள் உலகமெங்கும் பொருந்தும். அனைத்து மனிதர்களுக்கும் தேவை.

இந்த நூலில் விளக்கப்பட்டுள்ள அடிப்படை கோட்பாடுகளை உறுதியாக பற்றி அறிவுக் கூர்மையுடன் ஒருவன் கடைபிடிப்பானேயானால் அவனால் அந்த நான்கு அம்சங்கள் கூற விழையும் முக்கிய செய்தியை புரிந்து கொள்ள முடியும். மனிதனது வாழ்வின் செயல்பாட்டில் நுணுக்கமான விவரங்கள் முக்கியமானவை தான். ஆனால் அவை அவனுக்கே உரிய அல்லது அவனது குறிப்பிட்ட

தொழிலுக்கே உரிய நுணுக்கமான விவரங்கள் ஆகும். அந்த தொழிலுடன் தொடர்பில் இல்லாதவர்களுக்கு அந்த விவரங்கள் தேவை இல்லை. ஆனால் அடிப்படை கோட்பாடுகள் அனைத்து மனிதர்களுக்கும் பொதுவானவை. அவை எந்த சூழலுக்கும் பொருந்தும். அனைத்து நடவடிக்கைகளையும் கட்டுப்படுத்தும்.

அடிப்படை கோட்பாட்டைப் புரிந்து செயல்படுபவன் எண்ணில் அடங்காத நுணுக்கமான விவரங்கள் இருப்பது குறித்துக் குழம்பத் தேவை இல்லை. அவனால் ஒரு ஒற்றை புரிதலில் அனைத்து விவரங்களையும் கைப்பற்ற முடியும். தொடர்பிலான அந்த அடிப்படை கோட்பாட்டின் ஒளி வெளிச்சத்தில் அவற்றை ஊடுருவி காண முடியும். இதை எந்த வித பதட்டமோ அழுத்தமோ இன்றி சுமூகமாக அவனால் காண முடியும்.

அடிப்படை கோட்பாடுகள் உறுதியாக கைப்பற்றப்படும் வரை, நுணுக்கமான விவரங்களே முதன்மையானதாக கருதப்பட்டு நடவடிக்கைகள் மேற்கொள்ளப்படும். அந்த கண்ணோட்டம் எண்ணிலடங்கா குழப்பங்களுக்கும் சிக்கல்களுக்கும் வழி வகுக்கிறது. ஆனால் அடிப்படை கோட்பாடுகளின் ஒளி வெளிச்சத்தில் அவை இரண்டாம் கட்டத்திற்கு தள்ளப்படுகின்றன. அவ்வாறு பார்க்கப்படும் போது அவற்றுடன் தொடர்புடைய அனைத்து சிக்கல்களும்

ஒரேயடியாக கடந்து வரப்படுகின்றன. மறைந்து போகின்றன.

அடிப்படை கோட்பாடுகளின் ஒருங்கிணைக்கும் ஒழுங்கமைக்கும் துணையில்லாமல் எண்ணிலடங்கா நுணுக்கமான விவரங்களுடன் தன்னை ஈடுபடுத்திக் கொள்பவன் அடர்ந்த காட்டுக்குள் தொலைந்தவன் போலாவான். அவனுக்கு நடப்பதற்கென்று எந்த பாதையும் இருக்காது. அளவுக்கதிகமான விவரங்களால் கட்டுண்டு இருக்கிறான். ஆனால் அடிப்படை கோட்பாடுகளினால் செயல்படுபவன் அனைத்து விவரங்களையும் தன் உள்ளங்கையில் கொண்டிருக்கிறான். அனைத்து விவரங்களையும் தன்னிலிருந்து தள்ளி வைத்து அவனால் தெளிவாக காண முடியும். ஆனால் மற்றவனால் தனக்கு அருகே உள்ள சிலவற்றை மட்டுமே காண முடியும்.

அடிப்படை கோட்பாடுகளில் அனைத்தும் உள்ளடங்கி இருக்கின்றன. அவை தான் பொருட்களின் விதிகள். ஒவ்வொரு பொருளும் அதன் விதிக்கு ஏற்ப செயல்படும். பொருட்களை அவற்றின் தன்மை கருதாது விலக்கிப் பார்ப்பது பிழையாக முடியும். நுணுக்கமான விவரங்கள் என்பன வெறும் எழுத்துகள் ஆகும். அடிப்படை கோட்பாடுகள் என்பன கண்ணுக்குத் தெரியாது ஆன்மா ஆகும். "வெறும் எழுத்துக்கள் உயிரற்றவை, கண்ணுக்கு தெரியாத ஆன்மாவே உயிரை வழங்கும்" என்று சமயம் குறித்து

வளமான வாழ்வைக் கட்டமைக்கும் எட்டு தூண்கள்

சொல்லப்படும் சொற்தொடர் கலை, அறிவியல், வணிகம், இலக்கியம் என எல்லாவற்றுக்கும் பொருந்தும். மனிதனின் உடலானது, ஒருங்கிணைந்து செயல்படும் அதன் அத்தனை உறுப்புக்களோடு மிக அற்புதமானது. ஆனால் அதில் உயிர் இருந்தால் மட்டுமே. உயிர் உடலை விட்டு நீங்கினால், உடலால் எந்த பயனுமில்லை. அது தூக்கி எறியப்படும். ஒரு வணிகத்தின் உடல், அதன் சிக்கலான அனைத்து விவரங்களோடும் முக்கியமானது தான், ஆனால் அதை கட்டுப்படுத்தும் அடிப்படை கோட்பாடுகளுடன் தொடர்பிலிருந்தால் மட்டுமே. அதை நீக்கி விட்டால் வணிகம் விழுந்து விடும்.

ளமான வாழ்வின் 'உடலை' பெற்றிருக்க வேண்டுமானால்-, அதாவது, வளமான வாழ்வின் புற அடையாளம்-, நாம் வளமான வாழ்வின் ‘உயிராக’ இருக்கும் ஆன்மாவை பெற்றிருக்க வேண்டும். வளமான வாழ்வின் ஆன்மா என்பது அறநெறி குணங்களின் ஆன்மாவே ஆகும். மனிதர்கள் பணம், நிலப்புலன், உடைமைகள், கேளிக்கைகள் கொண்டாட்டம் முதலியவைகளை வளமான வாழ்வு என்று தவறாகக் கருதுகின்றனர். அவற்றை அடைந்து அனுபவிக்க வேண்டும் என்று பாடுபடுகின்றனர். ஆனால், அவற்றை அவர்கள் அடைந்தபின் அதில் எந்த மகிழ்ச்சியையும் காண்பதில்லை.

வளமான வாழ்வு என்பது முதலில் உள்ளத்தில் இருக்கும் ஒரு மனப்பான்மை, ஒரு அறநெறி ஆற்றல், ஒரு உயிரோட்டம். அது புறஅளவில் தாராளம், மகிழ்ச்சி, ஆனந்தம் என வெளிப்படுகிறது. ஒருவன் கவிதைகளையோ, கட்டுரையோ எழுதுவதால் மட்டுமே மேதையாகி விட முடியாது. அவன் மேதையின் உள்ளத்தை வளர்த்துப் பெற வேண்டும். அப்போது தன்னியல்பாக அவனது எழுத்து ஒரு மேதையின் எழுத்தாக அமையும். அது போலவே ஒருவன் பணத்தை, உடைமைகளை, சொத்துக்களைத் தன்வசம் வைத்திருப்பதால் மட்டுமே வளமான வாழ்வு உடையவன் என்று சொல்ல முடியாது. ஆனால் அறநெறி குணங்களின் ஆன்மாவை வளர்த்துப் பெற்றிருக்க வேண்டும். அப்போது புற உலக உடைமைகள் மற்றும் செல்வங்கள், காரணத்தை தொடரும் விளைவு போலப் பின் தொடரும். அறநெறி குணங்களின் ஆன்மா என்பது மகிழ்ச்சியின் ஆன்மா. அது தன்னுள் வாழ்வின் அனைத்து மனநிறைவுகள், தாராளங்கள், முழுமைகளைக் கொண்டுள்ளது.

பணத்தில் எந்தச் சுகமும் இல்லை. சொத்து மற்றும் உடைமைகளில் எந்த ஆனந்தமும் இல்லை. புறப் பொருட்களைக் குவிப்பதால் எந்த மகிழ்ச்சியும் இல்லை. இவை எல்லாம் உயிரற்றவை. சுகத்தின் உள் துடிப்பு, ஆனந்தத்தின் ஆன்மா, மகிழ்ச்சியின் உயிரோட்டம் மனிதனது உள்ளத்தில் இருக்க

வேண்டும். இல்லை என்றால் அது எங்கும் இல்லை. மகிழ்ச்சிக்கான தகுதி அவனிடம் இருக்க வேண்டும். பொருட்களை வெறும் உடைமையாகக் கொண்டிருப்பது மட்டுமல்ல. அவற்றை எவ்வாறு பயன்படுத்த வேண்டும் என்ற மெய்யறிவு அவனிடம் இருக்க வேண்டும். அவற்றை அவன் கையாள வேண்டும். அவைகளால் அவன் கையாளப்படும் நிலையில் இருக்கக் கூடாது. அப்பொருளுடைமைகள் அவனைச் சார்ந்திருக்க வேண்டும். அவற்றை அவன் சார்ந்து இருக்கக் கூடாது. அவை அவனைப் பின் தொடர வேண்டும். அவன் எந்நேரமும் அவற்றின் பின் ஓடிக் கொண்டிருக்கக் கூடாது. அவனுள் உள்ள அறநெறித் தன்மைகளின் தொடர்பில் அவை அவனை நிச்சயம் பின்தொடரும்.

சுவர்கத்தின் ராஜ்ஜியத்தில் எதுவும் இல்லாமல் இல்லை. எல்லாமே இருக்கிறது. அனைத்து நன்மை, உண்மை, தேவைகளையும் அது கொண்டிருக்கிறது. "சுவர்கத்தின் ராஜ்ஜியம் உன்னுள் இருக்கின்றது". மிக மகிழ்ச்சியான பணக்காரர்களை நான் அறிவேன். அவர்கள் தாராளமனம் படைத்தவர்கள், பெருந்தன்மையானவர்கள், தூய்மை உள்ளம் கொண்டவர்கள், ஆனந்தமானவர்கள். ஆனால் மிக மோசமான பணக்காரர்களையும் நான் அறிவேன். அவர்கள் நன்மையின் ஆன்மாவை மகிழ்ச்சியின் ஆதாரத்தைத் தங்கள் உள்ளத்தில் வளர்த்துக்

கொள்ளாதவர்கள். பணம் மற்றும் பொருளுடைமைகளால் மகிழ்ச்சியை வாங்க நினைப்பவர்கள்.

மிக ஏழையான ஒருவன், அவனது ஆண்டு வருமானம் மிகக் குறைவு, அவனை வளமான வாழ்கிறான் என்று சொல்ல முடியும். எந்த அடிப்படையில் அப்படிச் சொல்ல முடியும் என்றால், உண்மையான வளமான வாழ்வில் - நல்வாழ்வு, மன ஒத்திசைவு, மனநிறைவு இருக்கும். ஒரு பணக்காரன் மகிழ்ச்சியாக இருக்கிறான் என்றால், அவன் தனது பணத்துடன் மகிழ்ச்சிக்கான உயிரோட்டத்தையும் கூடவே பெற்று இருக்கிறான். அவன் பணத்தை மட்டும் பெற்று அதைக் கொண்டு மகிழ்ச்சியை வாங்கவில்லை. அவன் ஒரு முழுமையான மனிதன். புற வசதிகளைப் பெற்று அவற்றைப் பொறுப்போடு பயன்படுத்துகிறான். ஆனால் மோசமான பணக்காரன் ஒரு வெற்று மனிதன் ஆவான். உள்ளத்தின் மலர்ச்சியால் பெற வேண்டியதை வாழ்வின் முழுமையை விலைக்கு வாங்க முடியும் என்று பணத்தை நாடுகிறான்.

இவ்வாறு வளமான வாழ்வு என்பது ஓர் அறநெறித் தன்மையாக உருமாறுகிறது. இவ்வுலக வாழ்விலிருந்து நீக்கப்பட முடியாத புற உலகப் பொருட்களை மெய்யறிவோடு பயன்படுத்தி நியாயமாக அனுபவிப்பதாக விளங்குகிறது. ஒருவன் புறப்பொருட்களால் பிணைக்கப்படாமல்

இருக்க விரும்பினால், உள்ளத்தளவில் பிணைக்கப்படாமல் இருக்கட்டும். அவன் பலவீனத்தால், சுயநலத்தால், அல்லது வேறு அறநெறிக் குறைபாடுகளால் பிணக்கப்பட்டிருந்தால், பணத்தை உடைமையாகப் பெற்றிருப்பது எப்படி அவனை மீட்கும்? அவனை மேலும் அடிமைப்படுத்துவதற்கான ஒரு கருவியாகவே அது மாறும்.

எனவே, கண்களுக்குப் புலப்படும் வளமான வாழ்வின் விளைவுகளை, அவற்றுடன் தொடர்பிலான மனஅளவிலான மற்றும் அறநெறி அளவிலான காரணங்களைத் தவிர்த்துத் தனிப்பட்டதாகக் கருதக் கூடாது. ஒவ்வொரு கட்டிடத்திற்கும் ஓர் அடித்தளம் மறைந்து இருக்கின்றது. அதற்கான சான்று, அந்தக் கட்டிடம் தொடர்ந்து நிலைபெற்று இருப்பதே. நிலைப்பெற்ற ஒவ்வொரு வெற்றிக்கும் ஓர் அடித்தளம் மறைவாக இருக்கின்றது. அந்த வெற்றி நிலையாக இருப்பதற்கு அதுவே காரணம். வளமான வாழ்வு என்பது குணயியல்பின் அடித்தளத்தில் நிற்கிறது. இந்தப் பரந்த உலகில் அதைத் தவிர வேறு அடித்தளம் இல்லை. உண்மையான வளம் என்பது நல்வாழ்வு, உடல்நலம், செம்மையான முழுமையான மகிழ்ச்சி. மோசமான பணக்காரர்கள் உண்மையான வளம் பெற்றவர்கள் அல்ல. அவர்கள் பணம், ஆடம்பரம் மற்றும் கேளிக்கை கொண்டாட்டங்களைச் சுமக்கிறார்கள்.

சுயசித்திரவதைக்கான கருவிகளாக அவை செயல்படுகின்றன. அந்த உடைமைகளால் தங்களைத் தாங்களே சபித்துக் கொள்கிறார்கள்.

அறநெறி மனிதன் பேரருள் பெற்றவனாக, மகிழ்ச்சியானவனாக என்றும் இருக்கிறான். அவனது வாழ்வை, முழுமையான பார்வையில் நோக்கினால், எப்போதும் வெற்றிகரமானதாகவே இருக்கும். அவனது வாழ்வின் இடையில் எந்த வகையான தோல்விகள் இருந்தாலும் அவனது முழுமையான வாழ்வு செம்மையானதாக இருக்கும். அனைத்தின் ஊடும் அவன் உறுத்தாத மனசான்றை பெற்று இருப்பான். நற்பெயரை பெற்றிருப்பான், குணயியல்பின் சிறந்த தன்மையிலிருந்து விலக்க முடியாத பல பேரருள்களைப் பெற்றிருப்பான். இந்த அறநெறி வளம் இல்லாமல், நிதிவளம் வெற்றியையோ மன நிறைவையோ தராது.

இந்த எட்டு தூண்களின் வலிமையையும் மகத்துவத்தையும் இங்கு மீண்டும் சுருக்கமாகக் காண்போம்.

ஆற்றல் - தனது ஆற்றல்களை எல்லாம் விழித்து எழச் செய்து இடையறாத முயற்சியுடன் தனது பணியைச் செய்து முடிப்பது.

பொருளாதாரம் - ஆற்றலை ஒருமுகப்படுத்துவது, முதலீடு மற்றும் குணயியல்பு, இரண்டும் வீணாகாமல் சேகரிப்பது. இதில் குணயியல்பு

என்பது மனதளவிலான முதலீடாகும். எனவே அது பெரும் முக்கியத்துவம் வாய்ந்தது.

நேர்மை - சிறிதும் விலகாத நேர்மை. அனைத்து உறுதிமொழிகள், ஒப்பந்தங்கள், உடன் படிக்கைகள் ஆகியவற்றை இலாபம் அல்லது நட்டத்திற்கு அப்பாற்பட்டு நிறைவேற்றுவது.

அமைப்பு - அனைத்து நுணுக்கமான விவரங்களையும் வரிசைமுறைப்படுத்தி நினைவாற்றலின் சுமையைக் குறைப்பது. மேலோட்டமான பணிகளின் சுமைகளை மனதில் ஏற்றாமல் குறைப்பது.

இரக்கம் - பெருந்தன்மை, தாராளமனம், கனிவு, இளகிய மனம், உடனடியாக உதவும் மனப்பான்மை.

உண்மை தன்மை - எப்போதும் உண்மை தன்மையுடன் இருப்பது. வெளிப்பார்வைக்கு நல்லவனாக நடிப்பது, மறைவில் தீயவனாக இருப்பது போன்றவைகளைச் செய்யாமல் இருப்பது.

பாரபட்சமின்மை - விருப்பு வெறுப்பின்றி அனைத்து கோணங்களிலும் ஆராய்ந்து நியாயத்துடன் செயல்படுவது.

தன்னம்பிக்கை - எவரையும் சார்ந்திராமல் தனக்கான வலிமையைத் தானே பெற்றுக் கொள்வது, அடிப்படை கோட்பாடுகளில் வழுவாமல் உறுதியாக நிற்பது. எந்த நேரத்திலும் பறிக்கப்படக்கூடிய புறப்பொருட்களைச் சாந்திராமல் இருப்பது.

இந்த எட்டு தூண்களின் மீது அமைக்கப்படும் வாழ்வு வெற்றிகரமானதாக இல்லாமல் வேறு எப்படி இருக்க முடியும்? எந்த வகையான புற வலிமையையோ அல்லது அறிவு சார்ந்த வலிமையையோ, அவற்றின் வலிமையோடு ஒப்பிட முடியாது. இந்த எட்டு தூண்களையும் கட்டி எழுப்பியவன் வெல்லப்பட முடியாதவன் ஆவான். இந்த எட்டுக் குணங்களில், பொதுவாக மக்கள் அவற்றில் ஒன்று அல்லது இன்னும் சிலவற்றில் வலிமையானவர்களாக இருக்கிறார்கள். மற்றவற்றில் பலவீனமானவர்களாக இருக்கிறார்கள். இந்தப் பலவீனமான குணயியல்பே தோல்வியை வரவழைக்கின்றது. எனவே ஒரு மனிதனது நேர்மை அவன் வியாபாரத்தில் தோல்வி அடைந்ததற்குக் காரணம் என்று கூறுவது முட்டாள்தனம். நேர்மையால் தோல்வியை உருவாக்குவதற்குச் சாத்தியமில்லை. தோல்விக்கான காரணம் வேறு திசைகளில் ஆராயப்பட வேண்டும் - தேவையான ஒரு நற்குண இயல்பை பெற்றிருக்கும் திசையில் அல்ல. பெற்றிராத திசையில் ஆராயப்பட வேண்டும். மேலும் அவ்வாறு நேர்மை தான்

வணிகத் தோல்விக்குக் காரணம் என்று சொல்வது அந்த வணிகத்தையே இழிவுபடுத்துவதாகும். அதே தொழிலில் நேர்மையுடன் ஈடுபடுபவர்களை அது பொய் குற்றம் சாட்டுகிறது. ஒரு மனிதன் ஆற்றல், பொருளாதாரம் மற்றும் அமைப்பில் பலமானவனாக இருக்கலாம். ஆனால் மற்ற ஐந்தில் பலவீனமானவனாக இருக்கலாம். நான்கு மூளை தூண்களில் ஒன்றான நேர்மை இல்லாமலிருப்பதால் அவன் முழு தோல்வியடைவான். அந்த பலவீனமான மூலையில் அவனது ஆலயம் விரிசல் விடும். ஆலயம் வலிமையாக, பாதுகாப்பாக நிற்பதற்கு முதல் நான்கு தூண்கள் பலமாக கட்டப்பட வேண்டியது அவசியம். ஒரு மனிதனது அறநெறி வளர்ச்சி பரிணாமத்தில் அவை தான் பெறப்பட வேண்டிய முதற்குணங்கள். அவை இல்லாமல் இரண்டாம் நான்கை பெற முடியாது. மேலும், ஒருவன் முதல் மூன்றை பெற்றிருந்து, நான்காம் தூணான அமைப்பை பெறத் தவறியிருந்தால், அது அவனது செயல்பாடுகளில் குழப்பத்தை ஏற்படுத்தித் தோல்வியை வரவழைக்கும். பல்வேறு குணங்களின் கூட்டும் கூட்டின்மையும் பல்வேறு விளைவுகளை ஏற்படுத்தும். அதிலும் குறிப்பாக இந்த முதல் நான்கின் கூட்டை கவனிக்க வேண்டும். காரணம், இரண்டாம் நான்கு, குணயியல்பின் உயரத்தை தொடுகின்றன. தற்போதுள்ள நிலையில் அனைவராலும் பெறப்பட முடியாததாக,

சிலராலேயே அரிதாகப் பெறப்பட்டு இருக்கிறது. அதுவும் முழு நிறைவாக அல்ல. எனவே, இன்றைய உலகில் வாழும் ஒருவன், வணிகத்தில் அல்லது பல்வேறு தொழில்களின் எந்த ஒரு துறையிலோ ஈடுபட்டிருக்கும் ஒருவன், தன் குணயியல்பில், தொடர் பயிற்சியால் இந்த முதல் நான்கு அறநெறித் தூண்களைக் கட்ட வேண்டும். தனது எண்ணம், நடத்தை மற்றும் அனைத்துச் செயல்பாடுகளையும் அந்தக் கோட்பாடுகளின் அடிப்படையில் ஒழுங்குமுறைப்படுத்த வேண்டும். ஒவ்வொரு நுணுக்கமான விவரமும் அவற்றுக்கு உடன்பட வேண்டும். எல்லாப் பிரச்சனைகளின் போதும் அவற்றுடன் அவன் ஆலோசிக்க வேண்டும். எந்த ஒரு சூழலிலும் அவற்றை அவன் கைவிடக்கூடாது. தனக்குத் தனிப்பட்ட முறையில் ஓர் அனுகூலம் வரும் என்றோ அல்லது ஒரு பிரச்சினையைத் தவிர்க்க முடியும் என்றோ அவற்றை அவன் கைவிடக்கூடாது. அவ்வாறு கைவிடுவதால் தீமையின் தாக்குதல் வளையத்திற்குள் தன்னை உட்படுத்திக் கொள்கிறான், மற்றவர்களின் குற்றச்சாட்டுகளுக்கு ஆளாவதிலிருந்து அவன் தப்ப முடியாது.

இந்த நான்கு அடிப்படை கோட்பாடுகளையும் முழுமையாகக் கடைப்பிடிப்பவன், அவனது பணி அல்லது தொழில் எதுவாக இருந்தாலும், அதில் அவன் முழு வெற்றிப் பெறுவான். அவனது வளமான வாழ்வு என்னும் ஆலயம் சீரிய முறையில்

கட்டப்பட்டுப் பாதுகாப்பாக நிற்கும். இந்த முதல் நான்கு கோட்பாடுகளைப் பிறழாமல் செம்மையாகக் கடைபிடிப்பது என்பது அனைத்து மனிதர்களின் திறனுக்கு உட்பட்டதாகவே இருக்கிறது, அவர்கள் அதை விரும்பி கற்கும் நோக்கம் கொண்டிருந்தால். காரணம், அவை மிக எளிமையானவை, தெளிவானவை, ஒரு குழந்தையாலும் அவற்றின் அர்த்தத்தைப் புரிந்துக் கொள்ள முடியும். அவற்றை செம்மையாகக் கடைபிடிப்பதற்கு எந்தவித அசாதாரண அளவிலான தன்னலத் தியாகமும் தேவையில்லை, சில வகையான தன்னல மறுப்பு மற்றும் சுய ஒழுக்கத்தை அது கோருகிறது என்றாலும். அவற்றைப் புரியவில்லை என்றால் எந்தவித வெற்றியையும் இந்த செயல் உலகில் பெற முடியாது. இரண்டாம் நான்கு தூண்கள் மிக ஆழமான இயல்பிலானவை. அவற்றைப் புரிந்துக் கொள்வதும் கடைபிடிப்பதும் அதிகக் கடினம். தன்னல மறுப்பையும் தன்னலத் தியாகத்தையும் கூடுதலான அளவில் அவை கோரும். தற்போதுள்ள நிலையில் தனிப்பட்ட விருப்பு வெறுப்புகளைத் துறந்த வெகு சிலராலேயே அது கோரும் நடைமுறைகளைக் கடைபிடிக்க முடியும். ஆனால் அந்த வெகு சிலரில் குறிப்பிட்ட அளவு இந்தக் குணங்களில் தங்களைச் செம்மைப்படுத்திக் கொள்பவர்கள் தங்கள் ஆற்றல்களைப் பெருமளவு பெருக்கிக் கொள்வார்கள். தங்கள் வாழ்வை வளப்படுத்திக் கொள்வார்கள். வளமான வாழ்வு

என்னும் தங்களின் ஆலயத்தைத் தனித்துவமான அழகுடன் அலங்கரிப்பார்கள். அவர்கள் மறைவுக்குப் பின்னும் அது காண்பவர் கண்களைப் பரவசப்படுத்தி அவர்களது எண்ணங்களை மேலுயர்த்தும்.

இந்த நூலில் குறிப்பிட்டுள்ள படி, தங்களின் வளமான வாழ்வு என்னும் ஆலயத்தைக் கட்டத் தொடங்குபவர்கள் மனதில் கொள்ள வேண்டியது-, "ஒரு கட்டிடத்தைக் கட்டுவதற்குக் காலம் பிடிக்கும்". அதைப் பொறுமையாகக் கட்டி எழுப்ப வேண்டும். செங்கல்லின் மீது ஒரு செங்கல், கல்லின் மீது ஒரு கல் என்று தூண்கள் உறுதியாக நிற்க வேண்டும். கடுமையான உழைப்பும் கவனமான செயல்பாடும் அவற்றை முழுமையாக்க தேவை. உள்மனதில் எழுப்பப்படும் இந்தக் கட்டிடம், எந்த வகையிலும் பொய்யானது அல்ல. காரணம், சாலமனின் ஆலயம் கட்டப்படும்போது, கட்டிடத்தின் உள்ளிருந்து சுத்தியலின் ஓசையோ இரும்படிக்கும் ஓசையோ கேட்கவில்லை என்று கூறப்படுகிறது.

அதுப்போல இந்த நூலின் வாசகரே, நீங்களும் உங்கள் குணயியல்பைக் கட்டமையுங்கள். வாழ்வு என்னும் உங்கள் வீட்டை உயர்த்துங்கள். வளமான வாழ்வு என்னும் உங்கள் ஆலயத்தைக் கட்டுங்கள். ஆனால் அலைபாய்ந்து கொண்டிருக்கும் தங்களது சுயநல ஆசைகளால் எழுந்து விழும்

முட்டாள்களைப் போல அல்ல, ஆனால் உங்கள் நிம்மதியான உழைப்பில். உங்கள் தொழில் வாழ்வை முழுமைப்படுத்தி மகுடம் சூட்டுங்கள். மெய்யறிவாளர்களில் ஒருவராக இருங்கள். எந்தக் குழப்பமும் இன்றி உறுதியான, பாதுகாப்பான அடித்தளத்தில் கட்டுங்கள்-, என்றென்றும் நிலைத்திருக்கும் உண்மையின் கோட்பாடுகளின் **மீது.**